Phật Giáo Sri Lanka Từ Thế Kỷ 19-21

Hòa thượng Giáo sư Medagama Nandawansa
Ni sư Tiến sĩ T.N. Giới Hương

Tủ Sách Bảo Anh Lạc 106

PHẬT GIÁO SRI LANKA TỪ THẾ KỶ 19-21

Hội thảo Phật Học, Colombo, Sri Lanka

Ngày 16 tháng 07 năm 2023

Biên soạn

Hòa thượng Giáo sư Medagama Nandawansa

Ni sư Tiến sĩ T.N. Giới Hương

NXB Tôn Giáo

Huong Sen Buddhist Temple

19865 Seaton Avenue, Perris, CA 92570, USA

Tel: 951-657-7272, Cell: 951-616- 8620

Email: huongsentemple@gmail.com,

thichnugioihuong@yahoo.com

https://www.facebook.com/Huong.Sen.Riverside/

Web: www.huongsentemple.com

MỤC LỤC

GIỚI THIỆU

Sri Lanka là hòn đảo hình giọt nước xinh đẹp ở Ấn Độ Dương. Đó là một đất nước dựa trên triết lý của Đức Phật được nuôi dưỡng trong hơn 2.600 năm. Thông điệp từ bi và trí tuệ của Đức Phật đã thấm sâu vào đảo Sinhalese. Việc thực hành tâm linh giới-định-trí tuệ do Đức Phật giảng dạy là một phần không thể thiếu trong đời sống hằng ngày của người Sri Lanka.

Nhìn về quá khứ, đặc biệt từ thế kỷ 19 đến thế kỷ 21, văn hóa Sinhala cổ xưa và các Tu sĩ Phật giáo chịu ảnh hưởng của các nước phương Tây. Tăng đoàn Sri Lanka đã tìm ra giải pháp như thế nào để áp dụng hiện đại hóa khái niệm và vẫn giữ được truyền thống của họ trong xã hội Phật giáo Sri Lanka? Các Tu sĩ Phật giáo Sri Lanka đã sử dụng phương tiện, nỗ lực và đóng góp của mình như thế nào cho mục đích này? Những điểm lịch sử này đóng vai trò như một lời mời hấp dẫn để chào đón Chư tôn thiền đức Tăng Ni cùng các học giả quốc tế từ nhiều quốc gia khác nhau muốn đến thăm viếng và đắm mình trong di sản văn hóa phong phú này.

Dưới ánh nắng ấm áp của ngày 16 tháng 7 năm 2023, trong khuôn viên trang nghiêm của trường Phật học Sri Lanka Vidyala Maha Piriven ở Colombo, Sri Lanka, đã xuất hiện rất nhiều tấm y vàng, đỏ rực rỡ của các Tu sĩ Châu Á đến từ Sri Lanka, Myanmar, Trung Quốc, Thái Lan, Malaysia,

Indonesia, Ấn Độ, Miến Điện, Campuchia, Đài Loan và Việt Nam. Họ gặp nhau để nối kết, trao đổi văn hóa, học hỏi và trải nghiệm dấu ấn lịch sử cao cả của Sri Lanka, một buổi hội thảo về "**PHẬT GIÁO SRI LANKA TỪ THẾ KỶ 19 - 21**" được tổ chức tại Hội trường Quốc tế Dharmadutha Maha Mahinda với sự cộng tác và tài trợ của Chùa Hương Sen, California, Hoa Kỳ.

Tại buổi hội thảo này, có nhiều Chư Tôn Thiền Đức Tăng Ni giáo sư, giảng viên, diễn giả, đại biểu, lãnh đạo tinh thần và nhà nghiên cứu uyên bác, đã trình bày những suy nghĩ của mình để làm sáng tỏ vấn đề này cho thính giả và độc giả.

Các vị thuyết trình viên như Hòa thượng Giáo sư Medagama Nandawansa Thera (*Hội Quốc tế Dharmadutha Maha Mahinda và viện trưởng trường Sri Lanka Vidyalaya Maha Pirivena),* Hòa thượng Tiến sĩ Kahawatte Siri Sumedha (*Chủ tịch hội Phật giáo quốc tế Indo Sri Lanka, Trụ trì chùa Jambudvipa Sri Lanka, Varanasi, Ấn Độ*), ông Sanath Ediriweera *(Thư ký Hội Quốc tế Dharmadutha Maha Mahinda kiêm Chủ tịch Ủy ban Phụng sự Cộng đồng),* Hòa thượng Giáo sư Beligalle Dharmajoti *(Khoa Pali và Phật học, Đại học Ruhuna), Hòa thượng Giáo sư Taldena Ariyawimala*), Tiến sĩ A.A.R. Priyanka *(Giảng viên Khoa Pali và Phật học, Đại học Ruhuna)*, MC tài năng, Thượng tọa Giáo sư Raluwe Padmasiri *(Khoa Tư tưởng Phật giáo, Hậu đại học, Viện Pali và Phật học Đại học Kelaniya),* Thượng tọa Sooriyawewe Somananda Thera (*Hiệu trưởng Vidyala Maha Pirivena Sri Lanka),* Thượng tọa Ketagoda Wimalajothi Thera *(Phó Hiệu trưởng, Sri Lanka Vidyalaya Maha Pirivena),* Ni trưởng Madulle Vijithananda *(Viện trưởng Trung tâm Đào tạo và Thiền định Sakyadhita),* Ni sư Tiến sĩ T.N. Giới Hương *(Giảng viên Đại học Phật giáo Việt Nam tại TP.HCM và Viện trưởng chùa Hương Sen, California, Hoa Kỳ),* Sư cô O.U. Dharmadheera, Cô M. D. Sachini Hansika Chandrapala, Ông

Anuda Kanchana, và Cô K.V.J. Koshalee *(các Giảng viên Khoa Pali và Phật học, Đại học Ruhuna)*.

Những bài thuyết trình này rất giàu kiến thức, phân tích và thông tin về lịch sử Phật giáo Sri Lanka với trọng tâm cụ thể là vào giai đoạn từ thế kỷ 19 đến thế kỷ 21. Chúng đã được tập hợp lại với nhau và xuất bản thành một cuốn sách "**PHẬT GIÁO SRI LANKA TỪ THẾ KỶ 19 – 21.**" Tác phẩm này sẽ đóng vai trò là nguồn tài liệu có giá trị và đáng tin cậy cho các nghiên cứu sinh Phật học.

Chúng tôi rất biết ơn Hoà Thượng Giáo Sư Medagama Nandawansa, Hòa thượng Tiến Sĩ Kahawatte Siri Sumedha và Ni sư Tiến sĩ Giới Hương đã cống hiến, tài trợ, cùng đứng ra tổ chức buổi hội thảo tại Colombo này. Chúng tôi cũng bày tỏ lòng biết ơn đến người dẫn chương trình MC là Thượng Toạ Giáo Sư Raluwe Padmasiri, Ông Sanath Ed既riweera, Sư cô TN Như Phương, Sư cô TN Nhuận Tường, cùng phái đoàn Hương Sen Sư cô Trí Minh, Sư cô Viên Nhuận, Sư cô Viên Đào, Sư cô Viên Bảo, Sư cô Đức Trí, Sư cô Viên Giác, Ni cô Viên Lành, Phật tử Trần Thị Mỹ Lệ, Phạm Thị Phương, Phạm Thị Ngọc Đào, các nhân viên của Hội Maha Mahinda International Dharmadutha, nghiên cứu sinh, sinh viên, và tất cả nhiều người có tên hay ẩn danh đã đưa tay giúp đỡ cho hội thảo để cuốn sách này được ra mắt và thành tựu mỹ mãn.

Nguyện hành trình giác ngộ của tất cả chúng ta sớm đến. Nguyện tình thân pháp lữ thiện hữu tri thức của chúng ta sẽ kéo dài mãi mãi.

Chùa Huong Sen, ngày 30 tháng 9 năm 2023

Ban biên tập kính lễ,

Hòa thượng Giáo sư Medagama Nandawansa,

Ni sư Tiến sĩ T.N. Giới Hương

Welcome to
Academic Seminar on

BUDDHISM IN SRI LANKA DURING THE PERIOD OF 19TH TO 21ST CENTURIES

Organized by the Maha Mahinda International Dharmadutha Society
In collaboration with the sponsorship of
The Huong Sen Buddhist Temple, California, USA

Chief Guest Speaker: **Dr. Bhikṣuṇī TN Giới Hương**, founder Huong Sen Buddhist Temple

Chief Guest: **Dr. Ven. Kahawatte Siri Sumedha**, founder Jambudvipa Sri Lanka Buddhist Temple, Varanasi, Republic of India

Venue: Sri Lanka Vidyalaya Maha Pirivena, 58, Vipulasena Mawatha, Colombo-10, Sri Lanka

Date and time: **16th july 2023 at 02.00pm.**

BIỂU NGỮ

Kính mời tham dự Hội thảo:

“Phật Giáo Sri Lanka từ Thế Kỷ 19 đến 20”

Do Hội Quốc tế Dharmadutha Maha Mahinda
và Chùa Hương Sen, California, Hoa Kỳ, tổ chức.

Diễn giả chính: **Ni sư Tiến sĩ T.N. Giới Hương**
(*Giảng viên tại Học viện Phật giáo Việt Nam tại Thành phố Hồ Chí Minh, và Trụ trì chùa Hương Sen, California, Hoa Kỳ*)

Khách mời chính: **H.T. Tiến sĩ Kahawatte Siri Sumedha**
(*Chủ tịch hội Phật giáo quốc tế Indo Sri Lanka, Trụ trì chùa Jambudvipa Sri Lanka, Varanasi, Ấn Độ*)

Địa điểm: Trường Sri Lanka Vidyalaya Maha Pirivena,
58, Vipulasena Mawatha, Colombo 10, Sri Lanka
Thời gian: ngày 16 tháng 07 năm 2023 lúc 14h00

THƯ MỜI

Hội Quốc tế Dharmadutha Maha Mahinda, Colombo, Sri Lanka trang trọng kính mời Ni sư Tiến sĩ T.N. Giới Hương, Trụ trì Chùa Hương Sen, California, Hoa Kỳ là thuyết trình viên chính cùng mười Sư cô của phái đoàn Hương Sen tham dự buổi hội thảo do Hội Quốc tế Dharmadutha Maha Mahinda, Colombo tổ chức.

- Bảo trợ: Chùa Hương Sen, California, Hoa Kỳ.
- Thời gian: lúc 2g chiều ngày 16 tháng 07 năm 2023.
- Địa điểm: Trường Sri Lanka Vidyalaya Maha Pirivena, 58, Vipulasena Mawatha, Colombo 10, Sri Lanka

Các thành viên của phái đoàn Hương Sen gồm:

- Sư cô Trí Minh - Sư cô Viên Nhuận
- Sư cô Viên Đào - Sư cô Viên Bảo
- Sư cô Đức Trí - Sư cô Viên Giác
- Ni cô Viên Lành - Phật tử Trần Thị Mỹ Lệ
- Phật tử Phạm Thị Phương - Phật tử Phạm Thị Ngọc Đào.

Trân trọng kính mời,

Hòa thượng Giáo sư Medagama Nandawansa Thera

Hội Quốc tế Dharmadutha Maha Mahinda

Viện trưởng viện Sri Lanka Vidyalaya Maha

THE MAHA MAHINDA INTERNATIONAL DHARMADUTHA SOCIETY

With the collaboration and sponsorship of HUONG SEN BUDDHIST TEMPLE

California, USA, presents the Academic Seminar on:

BUDDHISM IN SRI LANKA DURING THE PERIOD OF 19TH TO 21ST CENTURIES

Date and Time: 16th July 2023 at 02.00pm

Venue: Sri Lanka Vidyalaya Maha Pirivena,

58, Vipulasena Mawatha,

Colombo 10, Sri Lanka

AGENDA

Time	Activity	Names/Target audience
2.00-2.05	Lighting the oil lamp	Invited guests
2.05-2.10	Welcome address	Prof. Ven. Medagama Nandawansa Patron, Maha Mahinda International Dharmadutha Society
2.10-2.15	Address by the Secretary of the Maha Mahinda International Dharmadutha Society	Sanath Ediriweera - Chairman, Public Service Commission
2.15-2.25	Introduction to the Seminar and Speech by Chief Guest	Dr. Ven.Kahawatte Siri Sumedha Chief Incumbent of Jambudvipa Sri Lanka Buddhist Temple, Varanasi, India
2.25-2.35	Chief Guest Speaker	Dr. Ven Bhikkhuni Gioi Huong Lecturer at Vietnam Buddhist University in HCM City Abbess, Huong Sen Buddhist Temple, California USA
2.35-4.25	Paper presentations	Professors/Lecturers of the Depts. of Pali and Buddhist Studies, University of Ruhuna and Colombo
4.25-4.35	Awarding certificates	Presenters and Participants
4.35-4.40	Vote of Thanks	Secretary MMIDS, Sanath Ediriweera

HỘI PHẬT GIÁO QUỐC TẾ DHARMADUTHA MAHA MAHINDA

Tổ chức Hội thảo:

“Phật Giáo Sri Lanka từ Thế Kỷ 19 đến 20”

Do Chùa Hương Sen, California, Hoa Kỳ, tài trợ.

Thời gian: ngày 16 tháng 07 năm 2023 lúc 14h00

Địa điểm: Trường Sri Lanka Vidyalaya Maha Pirivena, 58, Vipulasena Mawatha, Colombo 10, Sri Lanka

CHƯƠNG TRÌNH NGHỊ SỰ

<table>
<tr><th>Thời gian</th><th>Hoạt động</th><th>Tên /Đối tượng mục tiêu</th></tr>
<tr><td>2.00-2.05</td><td>Thắp đèn cầu nguyện</td><td>Khách mời</td></tr>
<tr><td>2.05-2.10</td><td>Diễn văn chào mừng</td><td>Hoà thượng Giáo sư Medagama Nandawansa</td></tr>
<tr><td colspan="3">(Hội Quốc tế Dharmadutha Maha Mahinda và Viện trưởng Trường Sri Lanka Vidyalaya Maha Pirivena)</td></tr>
<tr><td>2.10-2.15</td><td>Giới thiệu Hội thảo</td><td>Ông Sanath Ediriweera</td></tr>
<tr><td colspan="3">(Thư ký Hội Quốc tế Dharmadutha Maha Mahinda kiêm Chủ tịch Ủy ban Phụng Sự Cộng đồng)</td></tr>
<tr><td>2.15-2.25</td><td>Diễn văn khai mạc</td><td>Hoà thượng Tiến sĩ Kahawatte Siri Sumedha</td></tr>
<tr><td colspan="3">(Chủ tịch hội Phật giáo quốc tế Indo Sri Lanka, Trụ trì chùa Jambudvipa Sri Lanka, Varanasi, Ấn Độ)</td></tr>
</table>

2.25-2.35	Thuyết trình chính	Ni sư Tiến sĩ T.N. Giới Hương
(Giảng viên tại Đại học Phật giáo Việt Nam tại TP.HCM và Trụ trì chùa Hương Sen, California, Hoa Kỳ)		
2.35-4.25	Các Tham luận	Giảng viên Khoa Pali và Phật học, Đại học Ruhuna và Colombo
4.25-4.35	Trao chứng chỉ	
4.35-4.40	Lời cảm tạ.	

Phần I
CÁC DIỄN VĂN

පරත්ථං පටිපජ්ජථ
ශ්‍රී ලංකා විද්‍යාලය මහපිරිවෙන් විහාරාධිපති
ශ්‍රී ලංකා රාමඤ්ඤ මහා නිකායේ
බස්නාහිර පළාත් සංඝනායක
පූජ්‍යපාද මහාචාර්ය මැදගම නන්දවංශ නායක මහා ස්ථවිර
ශ්‍රී ලංකා විද්‍යාලය මහ පිරිවෙන, 58, ශ්‍රී විපුලසේන මාවත, කොළඹ 10
දුරකථන / Tel : 011-2693867; 077-7722057; 011-2674524
විද්‍යුත් තැපැල් / E-mail : **medagama8@yahoo.com**

PARATTHAṂ PAṬIPAJJATHA
The Chief Incumbent, Sri Lanka Vidyalaya Maha Pirivena
The Sanghanāyaka of the Western Province
Sri Lanka Rāmañña Mahā Nikāya
Most Ven. Prof. Medagama Nandawansa Nayaka Mahathera
Sri Lanka Vidyalaya Maha Pirivena, 58, Sri Vipulasena Mawatha,
Colombo 10, Sri Lanka.

DIỄN VĂN CHÀO MỪNG

Hoà thượng Giáo sư Medagama Nandawansa Nayaka Mahathera

Viện trưởng Sri Lanka Vidyalaya Maha Pirivena

Số 58, Vipulasena Mawatha, Colombo-10, Sri Lanka

Chào buổi chiều,

Kính thưa Chư Tôn Thiền Đức Tăng Ni,

Các học giả và những người bạn đạo,

Tôi thật sự rất vui mừng với tư cách là đại diện Hội Dharmadutha Quốc tế Maha Mahinda được chào đón tất cả quý vị quang lâm về đây cùng với chúng tôi để tham gia Hội thảo **"Phật giáo Sri Lanka từ thế kỷ 19 - 21"** do Hội Dharmadutha và Chùa Hương Sen, California, Hoa Kỳ, cộng tác tài trợ và tổ chức.

Tôi được giao nhiệm vụ chào đón các bạn với tư cách là người bảo trợ của hội, vì vậy hãy để tôi làm điều đó trước khi đưa ra một vài nhận xét về chủ đề liên quan của buổi hội thảo.

Trước hết tôi xin trân trọng chào mừng các thành viên của Tăng đoàn đến từ nhiều quốc gia như Sri Lanka, Ấn Độ, Myanmar, Việt Nam và Trung Quốc. Trong số đó, tôi đặc biệt chào mừng vị khách chính, Hòa thượng Tiến Sĩ Kahawatte Siri Sumedha Maha Thera (*Trụ trì Chùa Jambudvipa-Sri Lanka, Varanasi, Ấn Độ*) đã đứng ra kết nối, điều phối và hướng dẫn tận tình cho các Hội thảo được tổ chức tại Sri Lanka cũng như sự tham gia và đóng góp của cá nhân Hòa thượng khiến hội thảo thành công.

Kế tiếp, tôi rất hân hoan chào đón Ni sư Tiến sĩ Thích Nữ Giới Hương, Viện chủ Chùa Hương Sen, California, Hoa Kỳ, vì sự lãnh đạo tận tâm trong việc truyền bá thông điệp Phật pháp đến bất cứ nơi nào có thể. Chúng tôi rất tự hào về chí nguyện hoằng pháp mạnh mẽ, không mệt mỏi của Ni sư vì lợi ích cho số đông. Tôi cũng kính chào mười Sư cô đệ tử trong phái đoàn Chùa Hương Sen và các mạnh thường quân ủng hộ cho Phật sự của Ni Sư.

Tiếp theo, chúng tôi kính chào mừng ông Sanath Ediriweera, Chủ tịch Ủy ban Phụng sự Cộng đồng, vì đã chấp nhận lời mời của chúng tôi đến thuyết trình trong buổi hội thảo này mặc dù lịch trình rất bận rộn. Ông Sanath Ediriweera cũng là Thư ký của Hội Quốc tế Dharmadutha Maha Mahinda đã dành phần lớn thời gian của mình cho các hoạt động tôn giáo, học thuật và phúc lợi xã hội.

Tôi xin được nồng nhiệt chào đón đến các học giả đã chấp nhận lời mời của chúng tôi và đến tham dự. Các giáo sư, giảng viên, trợ giảng của Đại học Ruhuna và Đại học Kelaniya, chủ yếu đến từ Khoa Pali và Phật học. Chúng tôi gửi lời cảm ơn đặc biệt tới Hòa thượng Giáo sư Beligalle Dharmajoti Thera từ Đại học Ruhuna, Thượng Toạ Giáo sư Raluwe Padmasiri Thera và nhiều vị giáo sư, giảng sư khác từ Khoa Pali và Phật Giáo Hậu đại học, Đại học Kelaniya.

Những kiến thức về Phật giáo Sri Lanka đã học được của quý vị sẽ được chia sẻ, mở rộng và sẽ được Ni sư Tiến sĩ T.N. Giới Hương sưu tầm thành cuốn sách "*Phật giáo Sri Lanka từ thế kỷ 19 - 21*" để cúng dường cho tất cả.

Một lần nữa tôi hoan nghênh tất cả những thuyết trình viên với những đóng góp uyên bác của quý vị; cám ơn những sinh viên tham gia đã rất quan tâm đến việc nghiên cứu ngôn ngữ Pali và Phật giáo. Các quan khách đến từ nhiều quốc gia khác nhau và tôi rất vui khi phần lớn trong số họ đến từ Việt Nam đang nghiên cứu Phật giáo với sự chú trọng đặc biệt đến Phật giáo Nguyên thủy. Tôi chắc chắn rằng buổi hội thảo học thuật này cũng sẽ giúp ích rất nhiều cho việc tu học và nghiên cứu của các vị.

Cuối cùng, tôi muốn đưa ra một vài nhận xét về chủ đề trọng tâm, *"Phật giáo Sri Lanka từ thế kỷ 19- 21."* Tất cả chúng ta đều biết rằng Phật giáo ở Sri Lanka có lịch sử lâu đời hơn 25 thế kỷ, trong thời gian đó nó phải đối mặt với nhiều thách thức khác nhau từ bên trong đến bên ngoài. Đã có lúc chúng ta đánh mất uy tín, truyền thống không gián đoạn của cộng đồng Tăng đoàn, là một trong những yếu tố then chốt cho sự tồn tại tiếp tục của Sasana. Tuy nhiên, Phật giáo đã được phục hưng với sự bảo trợ của những người lãnh đạo và với sự hướng dẫn của những Phật tử tận tâm. Thời kỳ mà chúng tôi tập trung vào ngày hôm nay không phù hợp với Phật giáo ở Sri Lanka bởi vì trong số những kẻ xâm lược châu Âu có người Bồ Đào Nha đã xâm chiếm Đảo vào năm 1505, áp đặt tôn giáo và văn hóa của họ lên người dân bằng chính sách *"chấp nhận hoặc chết."* Trong thời kỳ Hà Lan, họ sử dụng các hình thức cải đạo nhẹ nhàng thông qua việc trao các chức vụ cao trong chính phủ và nhiều danh hiệu danh dự khác nhau cho người dân địa phương. Người Anh cũng sử dụng những phương pháp tinh vi và hiệu quả này để chuyển đổi các cá nhân theo đức tin và văn hóa của họ thông qua các sáng kiến giáo dục và từ thiện, khiến người dân địa phương khó có thể phản kháng một cách hiệu quả. Vì vậy, ngay cả sau khi giành được độc lập vào năm 1948, những ảnh hưởng này vẫn tồn tại.

Chúng ta phải nhớ rằng trong gần 500 năm dưới sự thống trị của người châu Âu, người ta nói rằng chỉ có 2% dân số Sri Lanka chuyển sang Cơ đốc giáo. Điều này cho thấy rõ rằng Phật giáo đã bén rễ mạnh mẽ như thế nào ở Sri Lanka.

Hiện nay, tình hình đang thay đổi rất nhanh trên nhiều khía cạnh khác nhau, bao gồm tôn giáo, văn hóa, xã hội, giáo dục và cuối cùng nhưng không kém phần quan trọng, các lĩnh vực kinh tế và chính trị, những yếu tố chính góp phần gây ra cuộc khủng hoảng hiện đại ở Sri Lanka. Sự phát triển tiên tiến chưa từng thấy của khoa học công nghệ đã tạo ra những vấn đề mới trên thế giới. Không có quốc gia nào thoát khỏi những ảnh hưởng tốt và xấu của nó. Chủ nghĩa tiêu dùng đã trở thành chuẩn mực và Phật giáo ở Sri Lanka cũng không ngoại lệ. Những xu hướng phổ biến mới trong các nghi lễ Phật giáo đã dần dần làm xói mòn những giáo lý cốt lõi của Phật giáo, thường với sự chứng thực vô tình của một bộ phận đáng kể trong cộng đồng Tăng già. Điều này đã đẩy Phật giáo ở Sri Lanka đến ngã ba đường.

Cộng đồng Phật giáo toàn cầu rũ bỏ các chủ nghĩa bè phái khác nhau để tiến tới tìm kiếm các giải pháp thỏa đáng cho sự phát triển Phật pháp trên thế giới. Nó sẽ là một niềm an ủi lớn cho thế giới hỗn loạn hiện đại. Hội thảo tại Colombo này cũng sẽ củng cố và hỗ trợ nhiệm vụ cao cả đó.

Xin Cảm ơn.

"Namo Buddhaya-නමෝ බුද්ධාය"

INDO-SRI LANKA INTERNATIONAL BUDDHIST ASSOCIATION

Address : Jambudvipa Sri Lanka Buddhist Temple
Isipatana Deer-Park, Sarnath, Varanasi, 221007, U.P., India

ඉන්දු-ශ්‍රී ලංකා ජාත්‍යන්තර බෞද්ධ සමාගම

ලිපිනය : ජම්බුද්වීප-ශ්‍රී ලංකා බෞද්ධ විහාරය
ඉසිපතන මිගදාය, සාරානාත්, වාරානසි, 221007, ඉන්දියාව

Tel./ දුරඇමතුම : 0091-542-2595003, 0091-9169503938, E-mail : indosrilankaiba@gmail.com, jambudvipatemple@yahoo.com

A religious and Charitable Trust Registered Under Indian Registration Act 1908, Registered Under Foreign Contribution Regulation Act-2010 (FCRA) and Under Section 12AA of Income Tax Act 1961.

DIỄN VĂN CỦA KHÁCH MỜI

Hòa thượng Tiến sĩ Kahawatte Siri Sumedha

Chủ tịch hội Phật giáo quốc tế Indo Sri Lanka,

Trụ trì chùa Jambudvipa Sri Lanka, Varanasi, Ấn Độ

Rất hân hạnh được kết hợp với chư Tôn Đức Ni Chùa Hương Sen và Viện chủ Ni sư Tiến sĩ T.N. Giới Hương, người đã đứng ra tài trợ và tổ chức buổi hội thảo vào ngày 16 tháng 07 năm 2023 về *"Phật giáo Sri Lanka từ Thế kỷ 19 -21."*

Người đồng tổ chức buổi hội thảo, Hội Quốc tế

Dharmadutha Maha Mahinda do cố Hòa thượng Baddegama Wimalawamsa Anunayake Maha Thero thành lập với mục đích giáo dục, đào tạo Tăng tài có kiến thức Phật học và nhiều ngôn ngữ khác nhau, để từ đó có thể thành lập các trung tâm truyền bá Phật giáo ở Ấn Độ và nhiều nơi khác trên thế giới.

Sri Lanka Vidyalaya, địa điểm tổ chức hội thảo, nằm gần trường Phật học đầu tiên, Ananda Vidyalatya, Học viện Phật giáo Phương Đông hàng đầu Maradana, và Maligakand Vidyodaya Pirivena, nơi hình thành Hội Đại Bồ Đề (*Maha Bodhi*). Đây là nơi ra đời của lá cờ Phật giáo và Hiệp hội Thần học, nơi diễn ra các sự kiện lịch sử và tôn giáo trong thế kỷ 19 và 21.

Buổi hội thảo này là cơ hội mở ra một chương học thuật mới giữa Phật giáo Bắc tông và Phật giáo Nam tông. Chùa Hương Sen sẽ mở ra một con đường mới cho những người tìm kiếm thông tin về lịch sử hiện đại từ thời kỳ thuộc địa đến toàn cầu hóa hiện nay. Hội thảo này sẽ mở ra một kỷ nguyên mới trong mối quan hệ truyền bá Phật giáo thông qua các hoạt động học thuật giữa Sri Lanka và Chùa Hương Sen, Hoa Kỳ, bên cạnh các Phật sự từ thiện và xã hội với Cộng đồng Phật giáo Việt Nam và Sri Lanka.

Buổi hội thảo dưới sự bảo trợ của Ni sư Tiến sĩ Thích Nữ Giới Hương, Trụ trì Chùa Hương Sen, California, Hoa Kỳ sẽ mở ra cánh cửa hiểu biết và trao đổi tư tưởng mới giữa các Tăng Ni học giả của thế giới Phật giáo và sẽ thúc đẩy việc truyền bá Phật giáo.

Sự hợp tác kết nối với Hoà Thượng Giáo sư M. Nandawansa Maha Thero, người bảo trợ hiện tại của Hội Quốc tế Dharmaduta Maha Mahinda, Colombo, Sri Lanka được đánh giá cao với lòng biết ơn, sẽ được ghi nhận như một sự tỏ lòng kính trọng lớn lao nhằm hoàn thành các mục đích cao thượng của Cố Minh sư, Người sáng lập Hội Dharmaduta

Maha Mahinda.

Thành tâm cầu nguyện và gửi những lời chúc tốt đẹp nhất của mình cho hội thảo và việc xuất bản sách được thành công, nơi chứa đầy những suy nghĩ xứng đáng sẽ hướng dẫn các thế hệ Phật pháp mai sau.

Nguyện cho tất cả chúng sinh được hạnh phúc.

Bhavatu Sabba Mangalam.

HUONG SEN BUDDHIST TEMPLE – CHÙA HƯƠNG SEN
19865 Seaton Avenue, Perris, CA 92570, USA
Tel: 951-657-7272 Cell: 951-616-8620
Email: huongsentemple@gmail.com, *Web:* www.huongsentemple.com
Fanpage: Huong Sen

BAN BẢO TRỢ

Ni sư Tiến sĩ Thích Nữ Giới Hương

Trụ trì Chùa Hương Sen, California, Mỹ

Giảng viên Anh Văn Phật pháp tại

Học viện Phật giáo tại TP HCM, Việt Nam

Kính bạch trên Hòa thượng Giáo sư Medagama Nandawansa Thera, Người bảo trợ của Hội Quốc tế Dharmadutha Maha Mahinda và là Viện trưởng Trường Sri Lanka Vidyalaya Maha Pirivena,

Kính bạch Hòa thượng Tiến sĩ Kahawatte Siri Sumedha cùng tất cả các giáo sư, giảng sư ở Colombo,

Kính thưa Chư Tôn Thiền Đức Tăng Ni, các vị khách quý

trong nước và quốc tế, các học giả, nhà văn, diễn giả, sinh viên, nhà nghiên cứu, Phật tử, quý quan khách tham dự,

Chúng tôi xin chào đón tất cả quý vị với lòng tôn kính và biết ơn sâu sắc nhất.

Tôi là Tỳ-kheo-ni Thích Nữ Giới Hương cùng Phái đoàn quý Sư cô và Phật tử Chùa Hương Sen, California, Hoa Kỳ. Thật vinh dự cho tôi và phái đoàn chúng tôi được có mặt ở đây với tất cả quý vị cùng tham dự hội thảo Phật giáo: **"Phật giáo Sri Lanka từ thế kỷ 19 – 21."**

Chúng tôi rất vui khi có cơ hội bày tỏ niềm kính trọng và khát ngưỡng đối với lịch sử Phật giáo phong phú của Sri Lanka. Mong rằng hội thảo này sẽ là nền tảng để chúng ta hiểu sâu hơn về lịch sử Phật giáo Sri Lanka, nuôi dưỡng sự trang trọng sâu sắc hơn đối với những giáo lý thâm thúy đã hình thành nên quốc gia nổi bật này. Chúng ta hãy nắm lấy cơ hội này để kết nối, chia sẻ kiến thức và cùng nhau tôn vinh di sản lâu dài của Phật giáo ở Sri Lanka.

Cuối cùng, tôi xin gửi lời cảm ơn sâu sắc nhất tới Hoà Thượng Giáo sư Medagama Nandawansa và tất cả mọi thành viên tại Hội Quốc tế Dharmadutha Maha Mahinda. Cảm ơn quý vị đã nỗ lực đóng góp cho cuộc hội thảo này.

Chúng tôi cũng xin cảm ơn Chư Tôn đức Hòa thượng, Thượng Tọa, quý Ni trưởng, Sư cô, các giáo sư nổi tiếng và các học giả đồng nghiệp đã tham dự hội nghị này, chia sẻ những kiến thức và hiểu biết quý giá của quý vị với chúng tôi.

Chúng tôi không thể diễn tả đầy đủ, chỉ biết rằng chúng tôi đánh giá cao thời gian quý báu và sự chia sẻ kiến thức hiếm có của quý vị vì lợi ích cho tất cả chúng ta. Hội thảo đã truyền cảm hứng và hướng dẫn chúng ta trên con đường tâm linh, mong rằng hội nghị này sẽ là một trải nghiệm thay đổi cuộc sống cho tất cả mọi người trở nên tốt hơn.

Cảm ơn sự hiện diện của tất cả quý vị và giờ này chúng tôi đang thành tâm lắng đọng tâm tư để lắng nghe những bài thuyết trình và thảo luận mang tính khai sáng trong suốt buổi hội nghị này.

Nam Mô Thích Ca Mâu Ni Phật.

CẢM TẠ

Ông Sanath Ediriweera

Thư ký Hội Quốc tế Dharmadutha Maha Mahinda
kiêm Chủ tịch Ủy ban Phụng sự Cộng đồng

Tôi rất vui được nói chuyện với Chư tôn đức Tăng Ni và quý quan khách hôm nay với tư cách là Thư ký của Hội Quốc tế Dharmadutha Maha Mahinda. Đây là buổi hội thảo thứ hai trong số hai buổi hội thảo được tổ chức tại Sri Lanka bởi Hội Quốc tế Dharmadutha Maha Mahinda với sự cộng tác và tài trợ của Chùa Hương Sen, California, Hoa Kỳ.

Tôi tin tưởng rằng Hòa thượng và quý Ni sư Chư Ni khách quý đến từ Hoa Kỳ đã có một kỳ nghỉ thú vị và hiệu quả tại Peradeniya. Tình cờ thay, tôi đã tốt nghiệp Đại học Peradeniya, Kandy. Quả thực ở đó rất trong lành và thanh tịnh.

Hai buổi hội thảo tìm hiểu vai trò của Sri Lanka trong tình hình Phật giáo trên thế giới ngày nay. Hội nghị đầu tiên (ngày 14/07/2023) tại trường đại học Peradeniya, Kandy về "Phật giáo toàn cầu đặc biệt liên kết với Sri Lanka" khám phá vai trò của Sri Lanka trong việc truyền bá Phật giáo ra quốc tế trong thời gian gần đây. Hội nghị thứ hai hôm nay (ngày

16/07/2023) tại Colombo về "Phật giáo Sri Lanka từ thế kỷ 19-21." khám phá những thay đổi trong văn hóa Phật giáo Sri Lanka từ thời thuộc địa Anh đến nay.

Sri Lanka, ít nhất là vùng ven biển, đã bị người châu Âu chinh phục vào năm 1505, đầu tiên là người Bồ Đào Nha trong 150 năm, sau đó là người Hà Lan trong 150 năm, và cuối cùng là người Anh đã chinh phục toàn bộ hòn đảo và ở lại đó thêm 150 năm nữa. Sri Lanka giành được độc lập vào năm 1948.

Chúng ta phải lưu ý rằng tất cả các nước ở châu Á, ngoại trừ Thái Lan, đều bị châu Âu chinh phục trong thời kỳ này; Việt Nam rơi vào tay Pháp năm 1883.

Phật giáo ở Sri Lanka đã tồn tại kiên cường trong hơn 450 năm dưới sự cai trị của Cơ đốc giáo châu Âu. Tôi nói là Cơ đốc giáo vì vào năm 1494, thế giới ngoài châu Âu đã bị Giáo hoàng Alexander VI chia đôi khi ông ban hành sắc lệnh "Inter caetera". Phía Đông được trao cho Bồ Đào Nha và phía Tây được trao cho Tây Ban Nha để theo đạo Cơ đốc. Mười năm sau, người Bồ Đào Nha có mặt ở Sri Lanka.

Bất chấp năm thế kỷ thống trị của châu Âu, Phật tử vẫn chiếm hơn 70% dân số ngày nay. Phật giáo đã có thể tồn tại ở Sri Lanka thông qua việc kết hợp các yếu tố văn hóa phương Tây vào văn hóa Phật giáo. Một ví dụ là việc tổ chức sinh nhật với những người tụ tập trong dịp này hát bài "Chúc mừng sinh nhật" bằng tiếng Anh. Điều này gần như phổ biến ở khu vực thành thị. Quan điểm văn hóa Phật giáo đối với ngày sinh nhật là người ta cận kề cái chết một năm và do đó phải theo đuổi mạnh mẽ hơn những gì người ta phải làm trong cuộc sống, trước hết là những hành động nhằm đạt được Niết Bàn. Một ví dụ khác gần đây là cặp đôi khiêu vũ trong đám cưới của họ. Đám cưới Phật giáo trước đây là những dịp rất long trọng tuân thủ nghiêm ngặt các nghi lễ truyền thống.

Chính nhờ khả năng phục hồi và thích ứng với các chuẩn mực văn hóa thống trị thế giới mà Sri Lanka đã có thể giữ được các giá trị Phật giáo cốt lõi của mình. Đây là lý do tại sao nó có thể thúc đẩy việc truyền bá Phật giáo trở lại Ấn Độ. Hội Quốc tế Dharmadutha Maha Mahinda được thành lập tại ngôi chùa này sáu mươi năm trước để đưa thông điệp Phật giáo đến thế giới.

Hội Quốc tế Dharmadutha Maha Mahinda được thành lập dưới danh nghĩa con trai của Hoàng đế A-dục (Ashoka) của Ấn Độ. Đây là để tỏ lòng biết ơn vì Hoàng đế Ashoka đã gửi con trai của mình là Thánh Tăng Mahinda (Mahendra) Arahat Thera và con gái Thánh Ni Sanghamitta Arahat Theri đến Ceylon (Sri Lanka) để thành lập Phật giáo 236 năm sau khi Đức Phật nhập diệt.

Việc thành lập Hội Quốc tế Dharmadutha Maha Mahinda minh họa một trong những giá trị cốt lõi trong văn hóa Phật giáo, đó là lòng biết ơn, nghĩa vụ đền đáp gia đình, xã hội và những người khác vì những gì họ đã cống hiến.

Đây là một chủ đề văn hóa và triết học phổ biến ở châu Á. Nho giáo cũng kết hợp giá trị này. Chúng ta có thể nhận thấy rằng việc tuân thủ nguyên tắc này sẽ dẫn đến sự gắn kết xã hội và hòa bình trong xã hội.

Chúng ta cần đối chiếu điều này với hệ tư tưởng về quyền cá nhân hiện đang được đề cao ở các xã hội phương Tây. Khi nhìn vào lịch sử thế giới gần đây, có thể thấy rõ rằng hệ tư tưởng về quyền lực sẽ dẫn đến xã hội bất ổn và cuối cùng là bạo lực. Các cuộc bạo loạn trên khắp nước Pháp trong những tuần gần đây là một lời nhắc nhở thuyết phục về điều này.

Là Phật tử, chúng ta cần suy ngẫm về tác động của việc kết hợp những hệ tư tưởng như vậy vào cơ cấu xã hội và quản trị của chúng ta.

Người Phật tử cũng cần hiểu những thay đổi mà thế giới

đang trải qua hiện nay. Thế giới đơn cực đang được thay thế bằng thế giới đa cực. Thay vì một quốc gia hùng mạnh, lại xuất hiện những quốc gia hùng mạnh như Hoa Kỳ, Trung Quốc, Nga và Ấn Độ. Thay vì một hệ tư tưởng thống trị, nhiều hệ tư tưởng cạnh tranh nhau. Sự cạnh tranh như vậy dẫn đến chiến tranh và sự hủy diệt trước khi nó ổn định ở trạng thái cân bằng.

Tôi xin đề nghị rằng do sự phát triển địa hình chính trị này, những Phật tử sống trong các xã hội phương Tây có cơ hội và nghĩa vụ cống hiến Phật giáo cho các xã hội này như một quan điểm thay thế về tình trạng con người dẫn đến hòa bình trong xã hội và thế giới.

Các thầy Tỳ-kheo, Tỳ-kheo-ni và Phật tử tại gia trong các xã hội này sẽ cần phải vượt ra ngoài cộng đồng sắc tộc để đến với xã hội chính thống với thông điệp Phật giáo một cách cởi mở và quyết đoán. Hội Quốc tế Dharmadutha Maha Mahinda sẵn sàng hỗ trợ những nỗ lực đó bằng mọi cách có thể.

Cảm ơn quý vị rất nhiều vì đã lắng nghe.

Nguyện cầu ơn trên Tam Bảo gia hộ cho tất cả quý vị.

Phần II
CÁC BÀI THAM LUẬN

2.1.

SỰ ĐÓNG GÓP CỦA CÁC NHÀ VĂN PHẬT GIÁO SRI LANKA

Ni sư Tiến sĩ Thích Nữ Giới Hương
Chùa Hương Sen California, Hoa Kỳ
Giảng viên Anh văn Phật pháp
Học viện Phật giáo Việt Nam tại Thành phố Hồ Chí Minh
Email: Hươngsentemple@gmail.com

I. GIỚI THIỆU

Sri Lanka là một trong những quốc gia có truyền thống Phật giáo lâu đời nhất. Hòn đảo này đã là trung tâm lý thuyết và thực hành Phật giáo kể từ khi Phật giáo du nhập vào thế kỷ thứ ba trước Công Nguyên, sản sinh ra nhiều đại sư học giả lỗi lạc như Ngài Phật Âm (Buddhaghosa) và bảo tồn Kinh điển Pali truyền thống.

LỊCH SỬ VĂN HỌC PHẬT GIÁO

Sinhala là ngôn ngữ của 72% dân số Sri Lanka.

1.1. Trước Công Nguyên đến Thế Kỷ Thứ Nhất

Không có văn bản nào tồn tại từ thời kỳ trước khi Phật giáo xuất hiện vào thế kỷ thứ ba trước Công Nguyên. Với Phật giáo, văn học viết đã phát triển. Những ghi chép sớm nhất còn tồn tại là những dòng chữ khắc trên đá và hang động bằng chữ Brahmi có niên đại khoảng năm 200 trước Công Nguyên, trong đó liệt kê tên của các nhà tài trợ Phật giáo đã hỗ trợ các Tu sĩ ẩn tu trong hang động. Mối liên hệ giữa ngôn ngữ và tôn giáo này, được thiết lập từ rất sớm, đã tạo nên một nền văn học Phật giáo mạnh mẽ theo thời gian.

Hình 1: Các Sư Nguyên Thủy đi khất thực

Ngay từ thế kỷ thứ nhất trước Công Nguyên, các Tu sĩ Phật giáo tại hang động Aluvihare ở miền Trung Sri Lanka đã viết ra các văn bản Phật giáo. Các tu viện nhanh chóng phát triển thành trung tâm hoạt động văn học và trí tuệ, một bộ sưu tập đáng kể các tác phẩm tôn giáo, bình luận, tác phẩm chú giải và ghi chép lịch sử đã xuất hiện bằng tiếng Pali, tiếng Phạn và ngôn ngữ địa phương.

1.2. Thế kỷ thứ tư-thứ mười hai

Các tác phẩm duy nhất còn tồn tại trước thế kỷ thứ tám trước Công Nguyên là biên niên sử Dipavamsa (*thế kỷ thứ tư Công Nguyên*), Mahavamsa (*thế kỷ thứ sáu Công Nguyên*), và phần tiếp theo của nó, Culavamsa (*thế kỷ thứ mười hai Công Nguyên*), tất cả đều được viết bằng tiếng Pali và được ghi nhận bằng tiếng Sinhala. Những biên niên sử này do các nhà Sư viết, tạo thành một niên đại về các vị vua Sinhala (*từ thời vua sáng lập Vijaya đến thời của các tác giả này*), những thắng lợi và thất bại lớn cũng như những hoạt động trong thời bình của họ, đặc biệt là những công đức ủng hộ Phật giáo.

Biên niên sử trình bày một sự pha trộn giữa thông tin lịch sử, khuyến khích tôn giáo và chủ nghĩa dân tộc chính trị, tất cả đều được thực hiện với kỹ năng văn học đáng chú ý, do đó tạo thành một bộ Biên niên sử ghi chép về những gì các tác giả xem như là việc thành lập một quốc gia Phật giáo trên hải đảo Sri Lanka.

Bằng chứng về biên niên sử và các tài liệu tham khảo trong các tác phẩm và bản khắc sau này đều cho thấy sự tồn tại của một truyền thống văn học hưng thịnh, ngay cả trong thời kỳ đầu này.

1.3. Thế kỷ thứ mười-thứ mười ba

Văn học Sinhala từ thế kỷ 10 đến thế kỷ 13 chịu ảnh hưởng mạnh mẽ của văn học cung đình cổ điển Ấn Độ. Các tác phẩm thi ca Sinhala chính trong thời kỳ này là Muvadevavata (*Câu chuyện Bồ Tát đản sinh thành Vua Mukhadeva, thế kỷ 12*), Sasadavata (*Câu chuyện Bồ Tát đản sinh thành một con thỏ, thế kỷ 12*), và Kavsilumina (*thơ Vương miện ngọc*), ý nói Vua Parakramabahu II (*thế kỷ 13*). Những tác phẩm này mang phong cách cổ điển và trình bày những câu chuyện về các kiếp trước của Đức Phật.

Tác phẩm văn xuôi lâu đời nhất còn tồn tại ở Sinhala là về hùng biện, Siyabaslakara (*Những mỹ từ trong ngôn ngữ của một người*), ý mô tả về Vua Sena I (*832–851*). Dhampiyatuva Gatapadaya (*Luận về Phật pháp thiêng liêng*), một bài bình luận về các từ ngữ và cụm từ trong Kinh Pháp Cú bằng tiếng Pali, được sáng tác vào thế kỷ thứ mười. Cuốn luật Sikhavalanda (*Giới luật*) và Sikhavalanda Vinisa (*Hình tướng của giới*), một bản tóm tắt các giới luật oai nghi cho các Tu sĩ cũng thuộc thời kỳ này.

Các tác phẩm văn xuôi Sinhala từ thế kỷ 12 và 13 có thể được mô tả là "văn bản trung gian". Mặc dù vẫn mang hình thức cổ điển, nhưng về mặt thành ngữ, chúng gần gũi hơn với tiếng bản ngữ nói. Saddhamaratnavaliya *(Vòng ngọc của Giáo lý chân chính)* của Tu sĩ Dharmasena, Amatura *(Dòng chảy cam lồ hay Cam lồ chảy "ủa giáo lý")* và Dharmapradipikava *(Ánh sáng của giáo lý)* của Tu sĩ Gurulugomi, Butsarana *(The Sự bảo vệ "hoặc nơi nương tựa" của Đức Phật)* của Vidyacakravarti, Sinhala Thupavamsa (*Biên niên sử về các bảo tháp*), Daladasirita *(Kể về Xá lợi Răng "của Đức Phật"),* Pujavaliya *(Nghi thờ cúng),* Pansiya Panas Jataka Pota *(Năm trăm năm mươi câu chuyện về Tiền thân của Đức Phật),* Budugunalamkaraya của nhà sư Vidagama Maitreya *(Đức hạnh của Đức Phật)* và Lovada Saṃgrahaya *(Tuyển tập các bài viết vì sự tốt đẹp hơn của thế giới.*

Đây là những tác phẩm Phật giáo nhằm mục đích giáo dục người dân bình thường và do đó mang hương vị cũng như phong cách của những bài thuyết pháp phổ thông dễ hiểu. Tác phẩm về thuật hùng biện, chẳng hạn như Sidat Samgarava *(Tuyển tập các bài viết về ngữ pháp)*, Siyabas Lakuna (*Ngôn ngữ của một người*), Dandyalamkara Sanna *(Bình luận về lý thuyết Alamkara của Dandin)* và các thi pháp, chẳng hạn như Elusandas Lakuna *(Dấu hiệu gốc Sinhala)*, cũng được sáng tác trong thời kỳ này.

Jayabahu Dharmakirti, viết vào thế kỷ thứ mười ba trong Nikayasamgrahaya *(Tuyển tập các bài viết về Phật pháp),* liệt kê tên của 28 Tu sĩ và chín nhà văn cư sĩ nổi tiếng về việc sáng tác các tác phẩm tôn giáo, bình luận, chú giải, dịch thuật và các tác phẩm khác giữa thế kỷ thứ năm và thứ mười ba.

Thật không may, tất cả những gì còn sót lại từ thế kỷ thứ nhất đến thế kỷ thứ tám Công Nguyên chỉ là những bài thơ vẽ bậy trên bức tường của pháo đài đá ở Sigiriya. Những dòng chữ viết nguệch ngoạc ngắn gọn ngẫu nhiên này của những du khách đến Sigiriya giữa thế kỷ thứ bảy và thứ chín Công Nguyên (nhiều người trong số họ bao gồm tên và danh tính của họ) không đại diện cho truyền thống văn học lớn vào thời đó. Tuy nhiên, kỹ năng và sức sống của họ cho thấy tính chất rộng rãi và sức sống của một truyền thống nơi binh lính, nghệ nhân, Tu sĩ và phụ nữ (ngoài các học giả truyền thống hơn) đều có thể làm thơ văn Phật giáo.

1.4. Thế kỷ mười bốn và mười lăm

Nếu thế kỷ 13 chứng kiến sự nở rộ của văn xuôi Sinhala thì thế kỷ 14 và 15 chứng kiến sự nở rộ của thơ ca khi quá trình thế tục hóa bắt đầu bằng văn xuôi tiếp tục đi vào thơ ca. Những bài thơ Sinhala này được các nhà sư viết theo chủ đề Phật giáo, nhưng chúng được mô phỏng theo văn học cung đình tiếng Phạn cổ điển và do đó có nội dung thế tục hơn. Loạt sandesa (*thơ thông điệp*) nổi tiếng nhất trong thời kỳ này là Salalihini Sandesaya (*Bài thơ thông điệp do chim Salalihini mang theo*) và the Parevi Sandesaya (*Bài thơ thông điệp được chim bồ câu mang theo*) của nhà sư Toṭagamuve Sri Rahula, người cũng đã viết Kavyasekhera (*Vương miện của thơ ca*). Hai nhà văn nổi tiếng khác ở thời đại này là nhà sư Vidagama Maitreya, người viết Budugunalaṃkaraya, và nhà sư Vetteve, người viết Guttila Kavya (*Bài thơ của Guttila*). Quá trình thế tục hóa ngày càng gia tăng dẫn đến một sự thay đổi khỏi quá trình Phạn hóa những ngôn ngữ nặng nề trước đó.

1.5. Thế kỷ 16-18

Thật không may, sự sáng tạo về văn học và ngôn ngữ của Sinhala chỉ tồn tại trong thời gian ngắn. Sự xuất hiện của các cường quốc Tây Âu và các cuộc chinh phục thuộc địa sau đó của người Bồ Đào Nha, Hà Lan và Anh liên tiếp từ thế kỷ 16 đến thế kỷ 20 đã dẫn đến một thời kỳ suy đồi của văn học Sinhala. Nhà thơ duy nhất có ý nghĩa trong thế kỷ 16 là Alagiyavanna Mohottala, người đã viết Kusa Jataka *(Câu chuyện về sự ra đời của Bồ Tát là Vua Kusa),* Dahamsonda Kavya *(Bài thơ về Giáo lý Tốt lành*), Subhasita (*Chánh tư duy*) và một số bài tán tụng.

Vào giữa thế kỷ 18, có một cuộc phục hưng văn học và tôn giáo ngắn ngủi ở vương quốc trung tâm Kandy, nơi vẫn chưa bị các cường quốc phương Tây chinh phục. Nó được dẫn đầu bởi nhà sư Welivitiye Saranakara và tạo ra một lượng lớn tác phẩm bằng tiếng Pali, tiếng Phạn và tiếng Sinhala. Tuy nhiên, thời kỳ phục hưng văn học này chỉ tồn tại trong thời gian ngắn; thuộc địa Anh chinh phục toàn bộ hòn đảo vào năm 1815, chế độ thuộc địa được thiết lập, ngôn ngữ và văn học Sinhala một lần nữa trở nên trì trệ.

1.6. Thế kỷ 19-20

Khi sự khuấy động đầu tiên của chủ nghĩa dân tộc chính trị xảy ra vào cuối thế kỷ 19, đầu thế kỷ 20, nó mang hình thức của một sự hồi sinh về văn học và tôn giáo, và mối liên hệ lâu đời giữa tôn giáo, văn học và bản sắc dân tộc ở Sri Lanka lại nổi lên. Sự gia tăng phi thường trong hoạt động văn học lúc đầu hoàn toàn mang tính chất tôn giáo, nhưng cuối cùng những thể loại mới hơn chịu ảnh hưởng của phương Tây đã trở nên nổi bật và nền văn học thế tục hiện đại ra đời.

Sri Lanka là quê hương của những con người tài năng đã chia sẻ kinh nghiệm sáng tạo, thực hành, lý thuyết, suy ngẫm và kiến thức. Có rất nhiều triết gia, nhà thuyết giáo, nhà văn và đạo sư Phật giáo xuất sắc mà sách vở và trí tuệ của họ đã có những đóng góp to lớn cho Sri Lanka và thế giới.

Kể từ thời kỳ đầu của Phật giáo, các Tu sĩ Phật giáo đã đóng một vai trò trung tâm trong cả các vấn đề tâm linh và xã hội. Các nhà sư được khuyến khích tu học vì hạnh phúc của mọi người, và kết quả là thân giáo thọ của các nhà sư và ngôi chùa Phật giáo đã trở thành trung tâm của đời sống tâm linh ở các ngôi làng Sri Lanka. Chính quyền thuộc địa phương Tây không khuyến khích vai trò này và loại bỏ các Tu sĩ về cõi tâm linh. Với sự độc lập, điều này đã bắt đầu thay đổi, phong trào Sarvodaya đã kết hợp các nhà sư tham gia vào một loạt các khóa đào tạo, tích cực nỗ lực hiện thực hóa lý tưởng hành động chính đáng của Sarvodaya.

Trong số đó, có bốn nhà văn Phật giáo Sri Lanka nổi tiếng thế kỷ 19-20:

1. Hòa thượng Polwatte Buddhadatta Thera (1887–1962)
2. Trưởng lão Hikkaduwe Sri Sumangala (1827–1911)
3. Hòa thượng Walpola Rahula (1907–1997)
4. Hòa thượng Narada Maha Thera (1898-1983)

CUỘC ĐỜI VÀ TÁC PHẨM CỦA BỐN NHÀ VĂN LỚN

1. HOÀ THƯỢNG POLWATTE BUDDHADATTA (1887–1962)

Hình 2: Trưởng lão Hòa thượng Polwatte Buddhadatta Thera

Hòa thượng Ambalangoda Polwatte Buddhadatta Mahanayake Thera (*A. P. Buddhadatta*) (1887–1962) là một Tu sĩ Phật giáo Nguyên thủy và là giáo sư triết học Phật giáo tại Đại học Vidyalankara. Năm 1954, Ngài là nhà sư Sri Lanka đầu tiên được Miến Điện (*Myanmar*) trao tặng giải thưởng Agga Maha Pandita. Ngài đã viết nhiều cuốn sách về ngôn ngữ Pali và là thành viên ban biên tập của trường Cao đẳng Nalanda, Colombo, đồng thời là thành viên của ban lãnh đạo trường Cao đẳng Ananda. Ngài đã sáng tác *Từ điển Pali-Anh*, một cuốn cẩm nang độc đáo dành cho sinh viên về nghiên cứu Phật giáo, tôn giáo châu Á và ngôn ngữ cổ.

Từ điển Pali này là một nguồn tài liệu vô giá cho nhiều sinh viên. Ví dụ, một lớp triết học Phật giáo tại Đại học Delhi, Ấn Độ, có một trăm sinh viên, thì họ đã cần một trăm cuốn. Không có đủ sách để bán, họ thường sao chép từ cửa hàng photocopy. Đây là món quà hữu dụng, cẩm nang học trò được các bạn sinh viên Phật học yêu thích trao đổi với nhau.

Bây giờ từ điển Pali đã có sẵn trực tuyến. Nó đã được tích hợp vào các ứng dụng dành cho IOS và Android cũng như vào các ứng dụng web như Digital Pali Reader và SuttaCentral. Từ điển thậm chí còn được dịch sang tiếng Trung, tiếng Việt và các ngôn ngữ khác.

Các tác phẩm khác của Hòa thượng Polwatte Buddhadatta Thera:

- *Pali Sahithya* (1962)
- *Oalibhasappawesaniya* (Ngữ pháp tiếng Pali ở Miến Điện, 1908)
- *Pali Nigandu* (Miến Điện-Anh cho tiếng Pali, 1908)
- *Buddhagosoppathi* (sách Pali dịch sang tiếng Miến Điện, 1908)
- *Bhidhamma Mathruka Swarupaya* (Dịch từ tiếng Miến Điện sang tiếng Sinhala, 1911)
- *Pali Basappaweniya* (Bản dịch Sinhala, 1912)
- *Visuddhi Magga* (1914)
- *Pali Bashawatharanaya* 1 (1923)
- *Pali Bashawatharanaya* 2 (1925)
- *Pali Patawali* (1926)
- *Thribhasha Rathnakaraya* (1928)
- *Apadhana, tiếng Pali* (1929)
- *Pali Bashawatharanaya* 3 (1930)

- *Pali Wakya Vivechanaya* (1933)
- *Pali Wakya Rachanawa ha Pariwarthana Parichaya* (1947)
- *Patamapaatawali* (1948)
- *Từ điển Pali–Sinhala* (1950)
- *Winya Winichchaya ha Uththara, Winichchaya* (1952)
- • *Thripitaka Suchiya* (1953)
- • *Abhidhammawathara* (1954)
- *Namarupa Parichcheda Edition* (1954)
- *Dhammapadhattakatha Edition* (1956)
- *Jinakalamali Sinhala Translation* (1957)
- *Namarupa Parichcheda English Edition* (1914)
- *Abhidhammawathara English Edition* (1915)
- *Ruparupa Wibhagaya English Edition* (1915)
- *Sammoha Winodhini English Edition* (1923)
- Winaya Winichchaya & Uththara Winichchaya English
- *Edition* (1927)
- *Niddesa Atuwa* (1940)
- *New Pali Course 1* (1937)
- *New Pali Course 2* (1938)
- *Higher Pali Course* (1951)
- *Aids to Pali Conversation & Translation* (1951)

2. HIKKADUWE SRI SUMANGALA THERA (1827–1911)

Hikkaduwe Sri Sumangala Thera (1827–1911) là một Tu sĩ Phật giáo nổi tiếng người Sri Lanka, Ngài đóng vai trò quan trọng trong phong trào phục hưng Phật giáo ở Sri Lanka trong thế kỷ 19.

Hòa thượng đã thành lập Vidyodaya Pirivena, "Trường Cao đẳng Phật học Bình minh của Tri thức" (*Monastic College of the Dawn of Knowledge*), với mục đích khôi phục và thúc đẩy nền giáo dục và học thuật Phật giáo ở Sri Lanka. Trường này đóng một vai trò quan trọng trong việc bảo tồn và truyền bá Phật pháp, cũng như đào tạo tăng tài và các học giả nam nữ cư sĩ..

Hình 3: Hòa thượng Hikkaduwe Sri Sumangala Thera

Hòa thượng đóng một vai trò quan trọng trong cuộc tranh luận Panadura, một cuộc tranh luận tôn giáo nổi tiếng diễn ra vào năm 1873 giữa các đại diện Phật giáo và Thiên chúa giáo. Năm 1912, Ngài xuất bản bản dịch Mahavamsa từ tiếng Pali sang tiếng Sinhalese. Mahavamsa là cuối sử thi Pali quan trọng nhất. *"Mahavamsa"* có nghĩa là *"Biên niên sử vĩ đại"*. Đó là lịch sử bằng thơ tiếng Pali nói về các vị vua của Sri Lanka. Phiên bản đầu tiên của Mahavamsa có từ thế kỷ thứ ba và thứ tư trước Công Nguyên dưới thời trị vì của Vua Vijaya. Mahavamsa, Dipavamsa và Culavamsa (*Tiểu Biên Niên Sử*) đôi khi được gọi chung là Mahavamsa (*Đại Biên Niên Sử*). Chúng liên quan đến các triều đại hoàng gia không chỉ của Sri Lanka mà còn của toàn bộ tiểu lục địa Ấn Độ và được biết đến như là tài liệu lịch sử không gián đoạn dài nhất thế giới. Sự cống hiến của Đại đế A-dục (Asoka) và các chi tiết về Selucus và Alexander cũng được trình bày chi tiết trong đó.

Trong thời hiện đại, Mahavamsa có ý nghĩa quan trọng ở Sri Lanka. Người Sinhalese nhắc đến Mahavamsa để khẳng định rằng về mặt lịch sử, Phật giáo là tôn giáo của Sri Lanka.

Các tác phẩm khác của nhà văn Hikkaduwe Sri Sumangala Thera như sau:

- Bản dịch Mahavamsa sang tiếng Sinhalese (1847)
- Brahma Dharmaya
- Warna Reethi (1873)
- Masarthu Lakshana (1858)
- Sidath Sangara Sannasa
- Kavya Shekhara Sannasa
- Balawatharatikawa
- Tiếng Pali Namapada Malawa
- Kristhiyani Waada Wibhaathaniya
- Sathya Margaya
- Rivirasa
- Đức Phật Addahilla

3. HÒA THƯỢNG WALPOLA RAHULA (1907–1997)

Walpola Rahula là một Tu sĩ, học giả và nhà văn Phật giáo. Ngài là một trong những trí thức Sri Lanka của thế kỷ XX.

Năm 1964, Ngài trở thành Giáo sư Lịch sử và Tôn giáo tại Đại học Northwestern, do đó trở thành vị Tỳ khưu đầu tiên giữ chức giáo sư ở thế giới phương Tây. Ngài cũng từng giữ chức vụ Phó hiệu trưởng tại Đại học Vidyodaya lúc bấy giờ (nay là Đại học Sri Jayewardenepura).

Hòa thượng đã viết nhiều về sách Phật giáo bằng tiếng Anh, tiếng Pháp và tiếng Sinhalese.

Ngài xuất bản một số lượng lớn các sách về Phật giáo như:

- Những Điều Phật Dạy (*What the Buddha Taught*)
- Lịch sử Phật giáo ở Ceylon: Thời kỳ Anuradhapura: Thế kỷ thứ 3 trước Công Nguyên–Thế kỷ thứ 10 sau Công Nguyên (*History of Buddhism in Ceylon: The Anuradhapura Period: 3rd Century BC–10th Century AD*)
- Tính hài hước trong văn học Pali và các tiểu luận khác (*Humour in Pali Literature and Other Essays*)
- Di sản của Tỳ kheo: Sơ lược lịch sử của Tỳ kheo trong đời sống giáo dục, văn hóa, xã hội và chính trị (*The Heritage of the Bhikkhu: A Short History of the Bhikkhu in Educational, Cultural, Social, and Political Life*)
- Thiền và việc thuần hóa trâu: Hướng tới định nghĩa tư tưởng Phật giáo: Tiểu luận (*Zen and the Taming of the Bull: Towards the Definition of Buddhist Thought: Essays*)
- Di sản của Tỳ kheo: Truyền thống phụng sự của Phật giáo (*The Heritage of the Bhikkhu: The Buddhist Tradition of Service*)

4. HÒA THƯỢNG NARADA MAHA THERA (1898–1983)

Hòa thượng Narada Maha Thera (1898–1983) là tác giả của cuốn "Đức Phật và Phật pháp" (The Buddha and His Teachings) nổi tiếng thế giới. Cuốn sách nầy của Ngài được nhiều người xem là một trong những cuốn sách hay nhất viết về Phật giáo Nguyên Thủy. Sách nhằm giải thích các giáo lý và khái niệm cơ bản của tất cả các tông phái Phật giáo và phổ biến đến mức nó đã được dịch sang nhiều ngôn ngữ.

Các trường tiểu học, trung học cơ sở, trung học phổ thông Phật giáo và các trường cao đẳng, đại học ở các góc độ, trình độ khác nhau đều có thể tiếp cận thông tin trong cuốn sách này. Đặc biệt, quyển sách nầy được Việt dịch bởi Phạm Kim Khánh Sunanda – người Việt Nam, chỉ chuyên ấn tống chứ không bán.

III. KẾT LUẬN

Nhiều cuốn sách có giá trị đã được viết bởi các Tu sĩ, học giả Đông phương và Tây phương, các Phật tử cũng như những người không phải Phật tử để trình bày về Phật, Pháp, Tăng, lịch sử, triết học hoặc ngôn ngữ cho những ai quan tâm đến Phật giáo. Trong số đó, *Từ điển Pali-Anh* (Polwatte), *Mahavamsa* (do Hikkaduwa dịch), *What the Buddha Taught* (Walpola Rahula) và *The Buddha and His Teachings* (Narada) là một số trong những tác phẩm nổi tiếng nhất.

Xin chúc mừng các Tu sĩ học giả Phật giáo phương Đông và phương Tây vì những nỗ lực đáng khen ngợi của các Ngài nhằm tôn vinh những giá trị vốn có của Phật Pháp.

Bốn cuốn sách nêu trên thường được trích dẫn và sử dụng như những nguồn đáng tin cậy. Các tác giả đã cống hiến rất nhiều cho Sri Lanka và thế giới.

Những nhà văn Phật giáo này không chỉ sáng tác những

tác phẩm trí tuệ mà còn tham gia vào các vấn đề Phật giáo và xã hội. Các Ngài được biết đến như những nhà văn vĩ đại nhất của Sri Lanka và được người dân Sri Lanka cũng như người dân các nước phương Đông và phương Tây vinh danh, trao tặng nhiều danh hiệu. Các trường danh tiếng ở Việt Nam, Thái Lan, Campuchia, Ireland, Ý, Hungary và Đức cũng cấp bằng khen. Các Ngài thông thạo tiếng Sinhala, tiếng Pali, tiếng Phạn và tiếng Anh, đồng thời có kiến thức sâu rộng về Phật giáo, lịch sử và khảo cổ học.

Thật đáng ngưỡng mộ.

Hình 4: Các Tu sĩ Phật giáo đi khất thực ở Sri Lanka

Sách Tham Khảo

- Narada, Trưởng lão. Đức Phật và lời dạy của Ngài. Washington: BPE Pariyatti Editions, ngày 24 tháng 11 năm 2020.
- Ramstedt, Martin (2004). Ấn Độ giáo ở Indonesia hiện đại: Tôn giáo thiểu số giữa lợi ích địa phương, quốc gia và toàn cầu. Routledge, 2004, 49.
- Sinhala Sangha: Maha Theros of Past and Present (trang web), Truy cập ngày 9 tháng 9 năm 2023, https://

sinhalasangha.wordpress.com/2020/05/14/ven-hikkaduwe-sri-sumangala- maha-thero-1827-1911 /

- Theravada (trang web), Tiểu sử của Hòa thượng Narada, truy cập ngày 1 tháng 9 năm 2023. https://theravada.vn/tieu-su-dai-duc-narada/
- Vihanage, Gunaseela. " Hòa thượng Narada Maha Thera: Một bản phác họa tiểu sử." Tập sách khen ngợi Narada. BPS. Truy cập ngày 26 tháng 7 năm 2017.
- Wickremeratne, Swarna. Đức Phật ở Sri Lanka: Những ngày hôm qua được tưởng nhớ. New York: Nhà xuất bản Đại học Bang New York, 2006, 97.

***

Hình 1: Các Tu sĩ Nguyên thủy đang đi khất thực. Hình ảnh được cung cấp bởi Laurentiu Morariu qua Bapt.

Hình 2: Trưởng lão Polwatte Buddhadatta Thera. Đã tải lên Wikipedia ngày 12 tháng 8 năm 2020, https://en.wikipedia.org/wiki/Polwatte_Buddhadatta_Thera

Hình 3: Hòa thượng Hikkaduwe Sri Sumangala Thera vào đầu thế kỷ 19 [20], khoảng đầu những năm 1900, Ceylon, sửa đổi lần cuối vào ngày 19 tháng 5 năm 2023, Wikipedia, https://en.wikipedia.org/wiki/Hikkaduwe_Sri_Sumangala_Thera

Hình 4: Các Tu sĩ Phật giáo ở Sri Lanka. Wikimedia Commons, truy cập ngày 20 tháng 9 năm 2023, https://commons.wikimedia.org/w/index.php?title=File:Buddhist_monks_in_Sri_Lank a.jpg&oldid=466195104

2.2.

PHÂN LOẠI CUỘC TRANH LUẬN XÃ HỘI & TÔN GIÁO LIÊN QUAN ĐẾN PHẬT GIÁO SRI LANKA TRONG THẾ KỶ 19

Hòa thượng Giáo sư Beligalle Dharmajoti
Cử nhân, MA, Peradeniya; Tiến sĩ, Benares
Giáo sư Khoa Pali và Phật học, Đại học Ruhuna, Sri Lanka
Email: beligalledj@gmail.com
Whatsapp: +94-77-899-7838

Vào thế kỷ 19 và 20, các nước phương Tây hùng mạnh đã tác động mạnh mẽ đến văn hóa Phật giáo của Sri Lanka. Các nhà cai trị Anh muốn có một sự thay đổi mạnh mẽ trong văn hóa Sri Lanka và họ đã làm mọi cách để lên án văn hóa Phật giáo và môi trường xã hội hòa bình. Phật giáo và nền văn hóa nguyên sơ của nó trong xã hội Sri Lanka đã bị thay đổi mạnh mẽ bởi tác động của phương Tây. Với sự xuất hiện của chính quyền Anh, xã hội Sinhala truyền thống bị đe dọa. Các hoạt động chống Phật giáo và các phong trào tôn giáo xã hội liên tục diễn ra. Hàng ngàn cuốn sách lớn nhỏ về Cơ đốc giáo đã được xuất bản để lên án Phật giáo và văn hóa Phật giáo, đồng thời có nhiều cuộc tranh luận về Phật giáo, Cơ đốc giáo và xã hội.

Trong bài viết này, các cuộc tranh luận được phân loại và cung cấp thông tin chi tiết để hiểu được môi trường tôn giáo-xã hội của thời kỳ đen tối đó. Phương pháp nghiên cứu định tính được áp dụng trong bài viết này.

Giới thiệu

Các nước phương Tây hùng mạnh và đặc biệt là Đế quốc Anh đã có tác động đáng kể đến văn hóa Phật giáo ở Sri Lanka. Ba quốc gia hùng mạnh về quân sự đã xâm chiếm Sri Lanka, phá hủy nền văn hóa lịch sử nguyên sơ do Phật giáo nuôi dưỡng. Họ là người Bồ Đào Nha, người Hà Lan và người Anh. Các nhà cai trị Anh muốn có một sự thay đổi mạnh mẽ trong văn hóa Sri Lanka và tận dụng các nguồn tài nguyên của nó cho các mục tiêu của họ. Họ làm mọi cách để lên án Phật giáo, văn hóa Phật giáo và môi trường xã hội hòa bình. Phật giáo và nền văn hóa nguyên sơ của xã hội Sri Lanka đã bị những thế lực bên ngoài thay đổi mạnh mẽ. Người phương Tây chỉ trích rất nhiều các nghi lễ và phong tục xã hội truyền thống của Phật giáo Sri Lanka.

Với sự xuất hiện của chính quyền thuộc địa Anh, xã hội Phật giáo Sinhala truyền thống bị đe dọa và sụp đổ ở mức độ đáng kể. Có những hoạt động chống Phật giáo và các phong trào tôn giáo xã hội. Hàng ngàn cuốn sách và fly tờ rơi Kitô giáo đã được xuất bản để lên án Phật giáo và văn hóa của hòn đảo Ceylon. Đã có nhiều cuộc thảo luận và tranh luận khác nhau về Phật giáo và Kitô giáo trong thế kỷ 19 và 20.

Trong bài viết này, các cuộc tranh luận và thảo luận được phân loại ở một mức độ nhất định và cố gắng cung cấp các chi tiết để hiểu được môi trường tôn giáo xã hội của thời kỳ đen tối đó.

Vấn Đề Nghiên Cứu

Vấn đề của nghiên cứu này là "Những cuộc tranh luận diễn ra trong thế kỷ 19 và 20 ở Sri Lanka là gì?" và "Làm cách nào để phân loại những cuộc tranh luận đó? Bản chất của chúng là gì và kết quả của những tranh luận là gì?"

Phương Pháp Nghiên Cứu

Phương pháp nghiên cứu được áp dụng trong bài viết này là phương pháp nghiên cứu định tính. Bằng cách sử dụng hệ thống đó, một cuộc khảo sát thư viện đã được thực hiện và một số học giả liên quan đã đồng ý cung cấp thông tin. Thông tin thu được từ các nguồn lịch sử đã được xác định và phân tích. Các nguồn lịch sử chủ yếu được thu thập từ Cơ quan Lưu trữ Quốc gia, Colombo và Thư viện Đại học Ruhuna, Matara, Sri Lanka. Thư viện Sri Gnānaratana của Sri Vijaya Bimbaramaya và Thư viện Sri Sobhita, Purāna Mahā Viharaya, Hakmana cũng rất hỗ trợ trong việc tìm kiếm các bản thảo, tập sách nhỏ và sách cổ. Nhiệm vụ khó khăn nhất của việc nghiên cứu là tìm lại những cuốn sách và tờ rơi in cũ.

Mục tiêu và giới hạn nghiên cứu

Mục tiêu nghiên cứu của bài viết này là tiết lộ những sự thật tiềm ẩn về các cuộc tranh luận tôn giáo-xã hội diễn ra ở nhiều vùng khác nhau của Sri Lanka trong thời kỳ thuộc địa, và cung cấp sự hiểu biết đúng đắn về môi trường xã hội và tôn giáo đương đại của thời kỳ nói trên ở Sri Lanka. Nghiên cứu này chỉ giới hạn trong các cuộc tranh luận về tôn giáo-xã hội trong giai đoạn thế kỷ 19 và 20.

Cuộc Thảo Luận

Vào thế kỷ XVI, XVII và XVIII, người Sri Lanka đã trải qua một thời kỳ tàn khốc và u ám. "Đất nước rơi vào tình trạng hỗn loạn do chiến tranh thường xuyên giữa các thế lực ngoại bang cũng như giữa chính quyền địa phương" (Bách khoa toàn thư Phật giáo, Tập VII 2005: 501). Trong thời gian đó, họ phải chịu sự áp bức của thế lực ngoại bang. Tổng thời gian bị nước ngoài đô hộ và áp bức là 443 năm. Trong suốt bốn thế kỷ rưỡi này, người Phật giáo Sinhala đã phải chịu đau khổ theo nhiều cách khác nhau. Mỗi ngày họ đều phải trải qua những biến cố tai họa. Đã có những vụ giết người hàng loạt ở nhiều ngôi làng, các cuộc tấn công diệt chủng nhằm vào những người dân vô tội, những hành động tàn ác chống lại các Tu sĩ Phật giáo và sự tàn phá các ngôi chùa, chỉ kể tên một số ít.

Trong thế kỷ 19 và 20, các quốc gia phương Tây đã tác động rất mạnh mẽ và tiêu cực đến văn hóa truyền thống Phật giáo ở Sri Lanka. Ba quốc gia hùng mạnh đã xâm chiếm Sri Lanka và phá hủy nền văn hóa lịch sử nguyên sơ được Phật giáo nuôi dưỡng qua nhiều thế kỷ. Họ là người Bồ Đào Nha, người Hà Lan và người Anh. Những nhà cai trị nước ngoài này là người có thẩm quyền thống trị về văn hóa, kinh tế, luật pháp, hành chính chính trị và mọi thứ khác của Sri Lanka. Họ nắm giữ độc quyền trong bất kỳ hình thức ra quyết định quan trọng nào theo ý mình. Ngay cả dưới ách ngoại bang, rất âm thầm, những người Phật tử Sinhala vẫn đủ dũng cảm để bảo vệ các giá trị tôn giáo và văn hóa của mình.

Rõ ràng là xã hội Phật giáo Sinhalese cổ đại đang ở trong một tình trạng xã hội rắc rối. Những lời dạy của Phật giáo thời kỳ đầu đã bị bỏ quên. Nguyên nhân chính là do công dân Sri Lanka không có thời gian để tu tập Phật giáo. Các thống đốc Anh đã làm ngơ trước những yêu cầu chính đáng của cộng đồng Phật tử Sinhala.

Lúc đầu, các học giả và nhà quản lý phương Tây không biết gì về giáo lý Phật giáo thời kỳ đầu. Vì vậy, họ chỉ hình dung ra hình thức suy thoái của văn hóa Phật giáo, và họ bắt đầu chỉ trích gay gắt các nghi lễ tôn giáo xã hội và lịch sử của Đức Phật cũng như xã hội Tăng già Phật giáo. Từ phía xã hội Phật giáo Sinhala, không có sự phản công nào đối với các nhà truyền giáo phương Tây, thay vào đó, chính những người theo đạo Phật bắt đầu tự kiểm tra văn hóa của chính mình và những điểm yếu về văn hóa. Vào thời kỳ đó, chúng ta tìm thấy một nền tảng tam giác trong bối cảnh Phật giáo và xã hội Sri Lanka:

Phật giáo nguyên thủy (hình thái thuần khiết)

Ảnh hưởng của Phương Tây

Hình thức phát triển Phật giáo (xuống cấp)

Mặc dù hình thức Phật giáo suy thoái đã được thực hành ở đó, nhưng hình thức thuần túy của triết học Phật giáo vẫn được giấu trong các bản viết tay bằng lá cọ của Phật giáo, và chúng được bảo quản cẩn thận trong thư viện và tủ đựng sách của chùa. Những lời dạy của Đức Phật thực chất có trong kinh điển dưới dạng bản thảo viết tay trên lá cọ. Các học giả công chức phương Tây từng được bổ nhiệm vào các ngành hành chính khác nhau ở Sri Lanka rất nhiệt tình tìm kiếm kho tàng giáo lý Phật giáo ẩn giấu, nhưng các nhà truyền giáo tôn giáo nước ngoài và một số thống đốc lại háo hức truyền bá đạo Cơ đốc, thay vì tập trung vào các kinh điển Phật giáo cổ xưa. Họ nhanh chóng nâng cao các cá nhân Phật giáo Sinhala bằng cách ban cho họ những chức danh và vị trí cao hơn trong chính phủ.

TRANH LUẬN XÃ HỘI-TÔN GIÁO VÀ HỌC THUẬT

Trong thời kỳ này, mặc dù đó là thời kỳ hỗn loạn và rắc rối trên đảo, nhưng đã có nhiều cuộc thảo luận, đối thoại và tranh luận giữa các học giả Sri Lanka. Chúng có thể được phân thành một số loại:

(1) Tranh luận học thuật

(2) Tranh luận về các vấn đề xã hội

(3) Cuộc tranh luận giữa các giáo phái Phật giáo

(4) Tranh luận liên tôn giáo

(5) Các thảo luận mang tính tôn giáo

Những cuộc tranh luận uyên bác này dường như là một nét đặc trưng của thời kỳ đánh thức văn học và tôn giáo này *(Bách khoa toàn thư về Phật giáo: Tập IV: 536)*. Những tranh luận có thể coi là một dạng tự kiểm điểm của xã hội Sinhala đương thời đó, và đặc biệt là của xã hội Tăng đoàn Phật giáo.

I.TRANH LUẬN VỀ HỌC THUẬT

1. Buddhavarsha-vādaya

Đây là cuộc thảoluận về các vấn đề của Thời đại Phật giáo: giữa Vidyodaya Pirivena và Vidyalankara Pirivena, Colombo. *(Pirifena là trung tâm nghiên cứu dành cho các Tu sĩ mới tu tập).* Một cuốn sách viết về vấn đề này là Buddhavarsha-vādaya (*Cuộc tranh luận về Kỷ nguyên Phật giáo*) xuất bản năm 1908. Cuộc tranh luận này đã dẫn đến việc nâng cao tiêu chuẩn giáo dục của cả hai tu viện Vidyodaya và Vidyalankara. Điều này đã dẫn đến nhiều nghiên cứu mang tính học thuật về các chủ đề liên quan và xuất bản các chuyên luận (E o B: 1979–1989:536).

2. Na Ṇa La Ḷa Vādaya

Cuộc tranh luận này liên quan đến việc sử dụng bốn phụ âm này trong bảng chữ cái Sinhala. Đó là cũng giữa trường Vidyodaya Pirivena và Vidyalankara Pirivena. Một cuốn sách viết về chủ đề đó là Na Ṇa La Ḷa bhedaya.

3. Adhimāsa-vādaya

Năm 1850, đã có một cuộc tranh luận về việc sử dụng tháng dương lịch và tháng âm lịch, đặc biệt là về cách sử dụng tháng trong tôn giáo. Nó tiếp tục trong vài năm. Lúc đầu, vấn đề được thảo luận tại một buổi lễ tụng kinh qua để mở Kaluvāmodara. Đã có một cuộc tranh luận giữa nhiều Tu sĩ học giả khác nhau như Hòa thượng Hikkaduwe Sumangala Thero và Bentara Atthadassi Thero. Kết quả của hàng loạt cuộc thảo luận và tranh luận về chủ đề cụ thể đó là sự xuất hiện của một số cuốn sách học thuật về việc sử dụng tháng cho các hoạt động tôn giáo và giáo hội của Phật giáo.

4. Māsaritulakshana giải thích chi tiết về tháng và mùa, được Hòa thượng Hikkaduwe Sumangala Thero viết vào năm 1858.

5. Adhimāsadīpani có nghĩa là tháng thêm trong năm. Nó được thực hiện bởi Hòa thượng Bentota Atthadassi.

6. Adhimāsaprakāshani cũng là về một tháng bổ sung và được chuẩn bị bởi Hòa thượng Hikkaduwe Sumangala.

7. Yachādhi māsa nirnaya cũng được sử dụng theo tháng, và được viết bởi Hòa thượng Rajgama Chulasumana, được xuất bản bởi E.C. Wijewardena và M. James Mendis vào năm 1908. Có vẻ như nhiều tập sách nhỏ và truyền đơn xuất hiện trong thời kỳ này đều liên quan đến luật tạng hoặc các vấn đề kỷ luật cũng như cách sử dụng tôn giáo. Một số trong số đó là *adhimāsabheda, adhimāsa- sangraha và adhimāsa vibhāgaya.*

8. Satya Darpanaya

Satya Darpanaya là một cuốn sách nhỏ giải thích những ngày tôn giáo của Phật giáo, bao gồm cả Ngày Sa-bát và bốn ngày linh thiêng gắn liền với các giai đoạn của trăng khuyết và trăng khuyết.

Ở đây, Satya Darpanaya có nghĩa là Tấm gương của sự thật. Nó được tác giả bởi Hòa thượng Dharmatilaka Thero, được in tại Nhà xuất bản Vidyāsāgara và được Adwin Prera Rajakaruna xuất bản năm 1924.

9. Kukavivādaya

Hòa thượng Totagamuwe Sri Rahula Thero là một học giả uyên bác, viết nhiều sách thơ Sinhala. Munidasa Kumaratunga (*nhà ngôn ngữ học, nhà ngữ pháp, nhà thơ*) đã thách thức sự uyên bác với sự uyên bác của Hòa thượng Rahula Thero. Ngài lập luận rằng các tác phẩm của Rahula có thể được coi là cái bóng của văn học tiếng Phạn. Một cuốn sách về chủ đề đó là *Kukavivādaya* (Tranh luận về kỹ năng làm thơ sai). Đây, Enulasiri Darmawardhana xứ Bentota đã viết chống lại Kumaratunga Munidasa. Phương tiện tranh luận là tờ báo

Swadesa Mitrayā (*Người bạn bản địa*).

10. Milinda-prashna Vādaya

Đây là một cuộc tranh luận mang tính học thuật được thực hiện thông qua các cuộc tranh luận về pháp giữa Hòa thượng Ambalangoda Devananda và Hòa thượng Kodagoda Upasena về luận thuyết hậu kinh điển Pali nổi tiếng đề cập đến cuộc đối thoại giữa Vua Mi-lin-đa (*Bactrian Milinda*) và thầy Tỳ-kheo Na-tiên (*Nagasena*) uyên bác về các điểm gây tranh cãi của học thuyết Phật giáo.

Nguyên bản của Milinda-pañha thường được gán cho thời kỳ khoảng thế kỷ thứ nhất trước Công nguyên (encyclopedia of buddhism, tập VI: 683). Milinda-prashna Vādaya rất nổi tiếng trong thời kỳ thuộc địa đó. Sau này, các vấn đề văn học được sưu tầm về các cuộc thảo luận của các Tu sĩ uyên bác đó, được in tại Nhà xuất bản Sevyashri, Colombo trong cuốn sách Milinda-prashna Vāda Nidānaya của P.A. Peiris vào năm 1913.

II.TRANH LUẬN VỀ CÁC VẤN ĐỀ XÃ HỘI

Có một số tranh cãi liên quan đến các đẳng cấp khác nhau của Sri Lanka trong giai đoạn thế kỷ 19 và 20. Mặc dù những lập luận này được coi là kiểu cam kết tầm thường, nhưng việc hiểu xã hội Sinhala đương đại trong thời kỳ nói trên vẫn có ý nghĩa xã hội học. Năm 1818, Mudali A. Saram chuẩn bị Kula Lekhanaya, một sổ đăng ký đẳng cấp, và ông đã gửi bốn báo cáo về hệ thống đẳng cấp ở Sri Lanka cho Robert Brownrigg, Thống đốc Ceylon của Anh (SE Vol. 7: 518).

Sách viết về chủ đề đẳng cấp xã hội:

- Janavaṃsaya (1848) giải thích các đẳng cấp khác nhau.
- Kaurawa Rajawansaya (1915) nói về tính độc đáo của đẳng cấp

- Soysa Charitaya (1904) nói về sự ngoại lệ của đẳng cấp
- Kevul Rodi Kolama (1904) nói về các chi tiết của đẳng cấp

Trong các cuộc tranh luận giữa các giai cấp khác nhau, chúng tôi nhận thấy có nhiều vấn đề không phù hợp trong nội dung của các cuộc tranh luận. Những lời phát biểu có tính chất rất đáng xấu hổ và thiếu trung thực. Họ có thể được coi là những cuộc tranh luận không phù hợp và không công bằng, và chúng không có lợi cho bất kỳ tiến bộ nào thuộc về xã hội. Họ chứng tỏ một sự suy thoái của xã hội Sinhala truyền thống. Nhưng cần lưu ý ở đây rằng chúng vẫn mang ý nghĩa xã hội học.

III.CUỘC TRANH LUẬN GIỮA CÁC GIÁO PHÁI PHẬT GIÁO

1. Parupanavādaya

Đã có nhiều cuộc tranh luận khác nhau giữa các giáo phái Phật giáo. Cuộc tranh cãi nổi tiếng là "Pārupanavādaya" liên quan đến cách mặc áo cà sa của các nhà sư. Câu hỏi đặt ra là liệu các nhà sư mặc áo choàng che cả hai vai hay chỉ che một bên là tốt. Hòa thượng Ratanapala Thero ủng hộ ekaṃsapārupanaya, chỉ che một bên vai. Cuốn sách viết về chủ đề này là Ekamsa-pirimadulu Peraveema. Một tập hợp các bài viết đã xuất hiện trên tờ báo Shri Lankodaya. Một số cuốn sách đã xuất hiện về chủ đề này, Pārupanasikha và Pārupanapāliya do Hòa thượng Kodagoda Gnānāloka Thero viết. Cả hai đều liên quan đến những quy định kỷ luật nhỏ về việc đắp y cà sa. Đây là một dấu hiệu tốt cho xã hội Tăng già Sinhala. Nó mở đường cho việc xem xét kỹ lưỡng một số quy định kỷ luật của các nhà sư.

2. Dussila Vivādaya

Điều này có nghĩa là "Tranh luận về sự vô đạo đức." Đã có những cuộc tranh luận giữa giáo phái Siam và Amarapura, và một số tranh cãi giữa Rāmañña và Amarapura liên quan đến việc thọ giới Cụ túc Tỳ-kheo (upasampadā)[1] và các vấn đề kỷ luật khác cho Tu sĩ Phật giáo. Vì những tranh cãi giữa các giáo phái này, nên một số cuốn sách đã được biên soạn về chủ đề đó. Có một cuộc tranh luận gọi là "Batapote-vādaya" giữa các Tu sĩ uyên bác của các giáo phái Siam, Amarapura và Ramañña. Đó là vào ngày 20 tháng 8 năm 1892. Trước đó đã có hàng loạt tranh cãi liên quan đến khía cạnh đạo đức và phi đạo đức của Tu sĩ. Một số tập đã được viết về các cuộc thảo luận về pháp, Dussila Saranāgamanādi Vinishcaya *(Việc tiếp nhận nơi nương tựa phi đạo đức),* Sramana-dussila Saranāgamana Vibhāga *(Phân tích về việc quy y một cách bất kính),* Dussila-sangraha Bhedaya *(Không giới đức của chư tăng).* Những tập sách này hiện nay rất hiếm và không thể tìm thấy, nhưng những mảnh chi tiết nhỏ được tìm thấy trong một số bộ sưu tập nhất định.

3. *Mrammawamsa-viniccaya*: Cuốn sách này được viết với nỗ lực hợp tác của các Tu sĩ thuộc giáo phái Amarapura nhằm hỗ trợ các thành viên Tăng đoàn Amarapura (1872) và cuốn sách được viết với sự hỗ trợ của các Tu sĩ Miến Điện ủng hộ giáo phái Amarapura.

4. Syāmanikayadipaniya: Điều này được viết bởi K.L. Perera ủng hộ Siam Sect và xuất bản năm 1880. Nó chứa đựng những nhận xét phê phán của Mrammawamsa-viniccaya.

5. Sādhupattapūraṇi: Cuốn sách này thực sự đến từ

1. Upasampadā in Sinhalese meaning: Higher Ordination Status of Bhiksu Full Membership of The Sangha.
Upasampadā trong tiếng Sinhalese có nghĩa: Địa vị xuất gia cao hơn của Tỳ kheo là thành viên đầy đủ của Tăng đoàn.

Miến Điện và được viết bởi Hòa thượng Siri Kosallālankāra Thero (Tu sĩ Miến Điện) dưới sự hướng dẫn của Hòa thượng Ukkaṃvansamāla Thero (Tu sĩ Miến Điện). Nó được viết bằng tiếng Pali và được viết bằng chữ Sinhala bởi Hòa thượng Kodagoda Upasena Thero ở Saddhammodaya Pirivena, Panadure. Sách do W. Daniel Fernando xuất bản để các học giả Pali ở Sri Lanka sử dụng về Dussila vivādaya.

6. Sādhujanappasādanī: Cuốn sách này được viết bởi Devananda Thero ở Ambalangoda và được xuất bản bởi T.G. Richard De Silva và in tại Nhà xuất bản Mahabodhi, Colombo.

7. Sammōha-nāsanī: Đây là tác phẩm của Hòa thượng Kodagoda Upasena Thero ủng hộ giáo phái Rāmañña, được in tại Nhà xuất bản Mahabodhi, Colombo, và được xuất bản bởi M.R.P. Gunawarden.

8. Abaddha Simā Vinishcaya: Cuốn sách này tác giả là Hòa thượng Kodagoda Upasena Thero nhằm giải thích các giới luật thuần túy, và được in tại Mahajana Yantrālaya, và được D. J. Amaratunga xuất bản vào năm 1925.

9. Visungāma Sīmā Vinichchhaya: Đây là một tác phẩm Phật giáo có tính học thuật cao liên quan đến Visuṃgāma sīmā-vivādaya được viết bởi Hòa thượng Aggadhaammabhiwansa Mahathero, Mahavisuddharamaya, Mandalay, Miến Điện. Cuốn sách này được J. D. Dharmasena in và xuất bản tại Nhà xuất bản Grantaprakasa, Colombo vào năm 1926.

10. Ramañña-nikāya-dipanī: Đây là cuốn sách được hoàn thành bởi Hòa thượng Wimalananda Tissa Thero và Hòa thượng Ñānindāsabha Thero vào năm 1904 (2447 BE), và nó cung cấp lịch sử giáo hội của giáo phái Rāmañña ở Sri Lanka. Nó được xuất bản tại Nhà xuất bản Saddhammapakāsaka, Colombo bởi C.P. Kandambi.

Cuộc Tranh Luận Nội Bộ Của Tu sĩ Và Cư Sĩ Phật Giáo

Trong bối cảnh văn hóa Phật giáo, đã có những cuộc tranh luận giữa cư sĩ và Tu sĩ. Chủ đề là lòng mộ đạo của các Tu sĩ và cư sĩ. Ở đây, chúng ta thấy cuộc thảo luận về việc đổ lỗi cho người khác về chuyện riêng tư. Một số cuốn sách đã được viết về các hoạt động và thủ tục trong đời sống của các Tu sĩ.

1. Dussīla Sangrahaya: Cuốn sách nhỏ này được viết về tôn giáo và những hành vi vô đạo đức của một số Tu sĩ và được xuất bản vào năm 1888 sau Công nguyên.

2. Dumbara Sangabata: Dumbara là một ngôi làng ở Sri Lanka, nơi Sangabata nhắc đến "cơm luộc của các nhà sư". Một lần nữa, nó mang ý nghĩa mỉa mai những hành động thiếu đạo đức của một số Tu sĩ. Nó được xuất bản vào năm 1894 sau Công Nguyên.

3. Rālahāmi Jātakaya: "Rālahāmi" là người lãnh đạo trong một ngôi làng, Ở đây, Jātakaya có nghĩa là một câu chuyện. Điều này được viết với giọng điệu mỉa mai liên quan đến những hành vi thiếu đạo đức của một số Tu sĩ. Nó được xuất bản vào năm 1902 sau Công nguyên.

Công Trình Truyền Giáo Kitô Giáo Đối Lập Với Phật Giáo

Phái bộ Truyền giáo Wesleyan bắt đầu in ấn ở Colombo vào năm 1815 để tuyên truyền Cơ đốc giáo. Hiệp hội Tôn giáo Phụ trợ Colombo được thành lập vào năm 1825 và ban hành các đường lối tôn giáo chống lại Phật giáo. Phái đoàn Ceylon của Hiệp hội Truyền giáo Nhà thờ bắt đầu in ấn vào năm 1822 để tuyên truyền Cơ đốc giáo. Phái bộ Truyền giáo Baptist bắt đầu hoạt động báo chí ở Kandy và đổi tên thành "Hiệp hội vùng Sinhalese" và được hợp nhất với chi nhánh

Ceylon của "Hiệp hội giáo dục bản ngữ Cơ đốc giáo" vào năm 1859. Nhà xuất bản Công giáo La Mã được thành lập vào năm 1843 (TKT: 1973: 183). Sự phát triển nhanh chóng của công tác tuyên truyền thật dễ dàng với những nhà báo mới thành lập này. Với việc lưu hành hàng triệu cuốn sách và tờ rơi, các nhà truyền giáo bắt đầu hoạt động truyền giáo của mình một cách dễ dàng.

Lưu Hành Sách Và Tài Liệu Chống Phật Giáo

Để lên án và làm suy yếu Hiệp hội Phật giáo Sinhala và quảng bá tôn giáo Thiên chúa giáo. Những người theo đạo Cơ đốc và lối sống của họ, những người truyền giáo đã lưu hành nhiều sách và chuyên luận. Kariyawasam trích dẫn Murdoch và Nicholson: "Hiệp hội Kinh thánh Colombo đã phát hành 19.000 các bản sao Kinh Thánh, 35.000 Tân Ước và 59.500 phần thánh thư cho đến năm 1865. Phái đoàn Baptist đã in và lưu hành 40.100 tờ chuyên đề và sách bằng tiếng Sinhalese trong sáu năm tồn tại từ năm 1841" (TKT: 1973:184). Hiệp hội Truyền đạo Sinhalese đã in và phân phát các tờ truyền đơn, tờ rơi, và các tạp chí định kỳ cho đến năm 1859. Phái đoàn Wesleyan đã lưu hành một triệu rưỡi cuốn sách trên đảo dành cho các Phật tử Sinhalese và những người theo đạo Thiên chúa (TKT: 1973:184-5). Điều này minh họa cách các nhà truyền giáo Cơ đốc đã thực hiện từng bước để truyền bá giáo lý hữu thần của họ cho người Sinhala. Mục tiêu của họ là xóa bỏ hoàn toàn Phật giáo khỏi đảo Sri Lanka.

Durlabdhi Vinodani: Được xuất bản vào ngày 23 tháng 8 năm 1862, đây dường như là câu trả lời cho "Krishtiyāni Pragñapti" và "Buaddha Labdhi Parikshāva" của những người theo đạo Cơ đốc. (TKT: 1973: 201).

Một Số Sách và Chuyên Luận Được Xuất Bản Phê Phán Phật Giáo

Sudharma Prakaranaya

Bauddha Labdhi Parikshāva

Satyārtha Prakāshaya

Bauddha Vākya Khandanaya

Kristiyāni Pragnapti

Satya Dvaraya

Tạp chí: Bauddha Vākya Khandanaya, Satya Dvajaya, Bala Pradipaya

Báo chí: Arunodaya (Tuần báo Công giáo La Mã)

Lakrivikirana (1865)

Subharanci Horanewa (Nhà thờ Cải cách Hà Lan)

Gnanārtha Pradīpaya (1866)

Satyālankāra (Nhà thờ Cải cách 1873)

Điều này chứng tỏ rõ ràng rằng các nhà truyền giáo Thiên chúa giáo rất tích cực tham gia vào các hoạt động tôn giáo. Áp bức và tuyên truyền bằng cách cố gắng thay đổi tâm lý văn hóa của Sinhala Phật tử.

Phản Ứng của Phật Giáo đối với Việc Truyền Giáo Kitô Giáo

Những người theo đạo Phật bắt đầu xây dựng một nhà in ở Galle (1862) và một nhà in khác ở Kotahena. Cuốn sách Sudarsanaya được viết bởi Hòa thượng Hikkaduwe Sumangala như một câu trả lời cho những cuốn sách Cơ đốc giáo sau: Sudharma Prakaranaya, Bauddha Labdhi Pārikshava, Satyartha Prakasaya, Bauddha Vakya Khandanaya, Kristiyani

Pragnapt và Satya Dvaraya. (TKT: 1973:202-3). Kristiyāni Vāda Mardanaya, Tập 1, được in năm 1862. Tác phẩm Samyag Darsanaya của Hòa thượng Mohottiwatte Gunananda Theros được xuất bản năm 1863 như một lời đáp trả cho các tác phẩm của Cơ đốc giáo. Năm 1863, một học giả Phật giáo, Batuwantudave Pandit, đã xuất bản Satyārtha Pradipikā. Năm 1864, Phật tử xuất bản Labdhi Tulāva, một tạp chí hàng tháng. Vibhajja Vādaya là một loạt các ghi chú phê bình về Kinh thánh được các Phật tử lưu hành. Họ thành lập tờ báo Lakmini Pahana, xuất bản hai tuần một lần, vào năm 1862 (TKT: 1973:207-211).

IV. TRANH LUẬN LIÊN TÔN GIÁO

Hòa thượng Migettuwatte Gunananda Thero của Dipaduttamaramaya, Kotahena, Colombo, là một Tu sĩ hùng biện xuất sắc, Ngài đã lãnh đạo bốn cuộc tranh luận lớn đầu tiên về phía Phật giáo. Hòa thượng với sự giúp đỡ của các Tu sĩ uyên bác khác, đã thách thức các nhà truyền giáo Cơ đốc tham gia các cuộc tranh luận công khai. Người dân và Tu sĩ Phật giáo cần một cuộc tranh luận nghiêm túc để làm sáng tỏ những định kiến sai lầm.

1. Baddegama-vādaya

Cuộc tranh luận nổi tiếng đầu tiên về Cơ đốc giáo và Phật giáo được tổ chức tại Hội trường Ganegama ở làng Baddegama thuộc tỉnh miền Nam Sri Lanka vào ngày 8 tháng 2 năm 1863. Về phía Cơ đốc giáo, John Adward Hunupola Nilame là trưởng nhóm tranh luận. Về phía Phật giáo, Hòa thượng Mohottiwatte Gunānanda Thero là người tranh luận chính. Tiêu đề chính của cuộc tranh luận là Đấng Tạo Hóa, Đấng Cứu Rỗi và Thế giới Thần thánh Vĩnh cửu.

2. Udanvita-vādaya

Cuộc tranh cãi thứ hai được tổ chức tại chùa Udanvita, Udanvita vào ngày 1 tháng 2 năm 1866. Hòa thượng Mohottiwatte Gunānanda Thero là người tranh luận chính về phía Phật giáo, và Hòa thượng Bulatgama Thero, Hòa thượng Kahave Thero là các Tu sĩ ủng hộ. Về phía Cơ đốc giáo, Mục sư Parsons, Mục sư Silva và Mục sư Gunawardene là những người tranh luận. Các chủ đề chính được chọn để tranh luận là "Sự hiểu biết về Đức Giê-hô-va" và "Sự toàn tri của Đức Phật".

3. Gampola-vādaya

Cuộc tranh cãi nổi tiếng thứ ba về Phật giáo và Thiên chúa giáo là "Gampola-vādaya" được tổ chức tại Chùa Kahatapitiye Bodhimalu Viharaya vào ngày 9 và 10 tháng 6 năm 1871. Linh mục tôn kính C.P. Ransinghe là nhà hùng biện chính của phía Thiên chúa giáo, với Mục sư James Carter, Mục sư Gunasekara Bertholamues, và Mục sư Samuel Prera là những người ủng hộ. Về phía Phật giáo, Hòa thượng Mohottiwatte Gunānanda Thero là người tranh luận chính và Don Andries de Silva và Pandit Batuvantudawe là những cư sĩ ủng hộ.

4. Pānadura-vādaya

Đây là cuộc tranh cãi lịch sử giữa Phật tử và Thiên Chúa giáo, và nó đánh dấu một bước ngoặt trong tiến trình Phật giáo ở Sri Lanka. Cuộc hùng hiện được tổ chức vào ngày 26 và 28 tháng 8 năm 1873 tại Panadure. Nhà hùng biện chính của phe Thiên chúa giáo là Linh mục David de Silva, và Hòa thượng Mohottiwatte Gunananda Thero là người tranh luận chính về phía Phật giáo. Cuốn sách nhỏ viết về cuộc tranh cãi này có tên là Pānadurā-vādaya. Cuộc tranh luận hoàn chỉnh đã được xuất bản và lưu hành. Bản dịch tiếng Anh được xuất bản bởi John Copper của tờ Ceylon Times (sau này là Times of Ceylon) và J.M. Peebles đã xuất bản cuộc tranh luận dưới dạng sách. Cuốn sách nhỏ này đã được lưu hành và phổ biến ở nước ngoài chưa từng có. Một bản sao rơi vào tay Đại tá Olcott, người ngay lập tức bị thu hút bởi những sự kiện diễn ra ở Sri Lanka (E o B: Tập VII: 2007:207).

5. Ūrugodawatte-vādaya

Chín năm sau khi Hòa thượng Mohottiwatte Gunananda Thero, nhà hùng biện chính của Phật giáo trong các cuộc tranh luận nổi tiếng qua đời, có một cuộc tranh cãi khác được tổ chức tại Ūrugodawatta vào ngày 3 và 10 tháng 9 năm 1899. Địa điểm là Hội trường Tarkadesana ở Ūrugodawatta. Kể từ khi nhà hùng biện chính của nhóm Phật giáo qua đời, Hòa thượng Mohottiwatte Janānanda Thero đã đứng ra phát biểu với tư cách là người tranh luận chính của cuộc tranh cãi này. Về phía Kitô giáo, C. Silva (nhà truyền giáo Kitô giáo) và Linh mục E.P. Fonseka nhận trách nhiệm. Ūrugodawatte Vādaya là bản thảo được xuất bản về cuộc tranh cãi.

V. TRANH LUẬN VÀ THẢO LUẬN MANG TÍNH TÔN GIÁO

Trong thời gian nói trên, đã có những cuộc thảo luận và tranh luận nhất định về các vấn đề bán tôn giáo, đôi khi ở các làng quê nông thôn hoặc ở các khu vực thành thị. Những cuốn sách nhỏ viết về các chủ đề này chứa đầy những nghiên cứu so sánh liên quan đến học thuyết Phật giáo với các vấn đề kinh tế xã hội.

1. Devapūja Vikāsanī: Cuốn sách nhỏ này được Hòa thượng Valane Wimalananda Thero chuẩn bị nhằm giải thích ý nghĩa của việc cúng dường các vị thần, nữ thần và các vị thần thánh Hindu như Thần Vishnu. Nó được in tại Panadure Press và được xuất bản bởi M. D. Salgadu ở Panadure. Năm xuất bản không được đề cập và có vẻ như, theo ngữ cảnh, là trước năm 1924.

2. Ānisamsa Vatthavāda Vinicchaya: Cuốn sách này được viết bởi một Tu sĩ uyên bác nhưng tên Ngài không được nêu trong cuốn sách. Nội dung gợi ý tác giả là người có kiến thức sâu rộng về kinh điển Phật giáo. Nó giải thích tầm quan trọng của kathina kusala (năng lượng lành mạnh mạnh mẽ của Y Kathina liên quan đến thời kỳ an cư mùa mưa của các Tu sĩ Phật giáo). Sách được in và xuất bản vào năm 1907 bởi K.B. Abedheera vì lợi ích của chư Tăng và Tăng đoàn Phật giáo.

VI. BẢN CHẤT CỦA CÁC CUỘC TRANH LUẬN

Trong những cuộc tranh luận giữa các tôn giáo này, chúng ta nhận thấy giọng điệu châm biếm trong các cuộc tranh luận và đó là một đặc điểm riêng. Không có bất kỳ sự vật lộn hay đánh nhau nào và họ đã hoàn thành tất cả các cuộc tranh luận một cách thân thiện. Bất cứ khi nào họ nói chuyện với người tranh luận ở phía đối diện, họ đều bắt đầu bằng những từ "bạn của tôi" hoặc "bạn của chúng tôi" hoặc "người bạn theo đạo Cơ đốc của chúng tôi" hoặc "người bạn Phật giáo của chúng tôi". Cách xưng hô tôn trọng này là một dấu hiệu tốt cho các giao dịch trao đổi văn hóa tôn giáo sau này. Theo một cách nào đó, các cuộc tranh luận đã mở đường cho sự hiểu biết đúng đắn về những điểm yếu trong cách giảng dạy tôn giáo của chính họ.

VII. KẾT LUẬN

Trong thế kỷ 19 và 20, người Sri Lanka đã chịu sự tác động mạnh mẽ của các nước phương Tây đến nền văn hóa Sinhala cổ xưa và các Tu sĩ Phật giáo. Vì vậy, để tìm ra giải pháp, các học giả Phật giáo đã quyết định đi đến tranh luận và thảo luận. Đó là quyết định đúng đắn của các thành viên Tăng đoàn và cư sĩ. Các cuộc tranh luận của ba tông phái Phật giáo cũng chỉ ra sự hiểu biết đúng đắn về giới luật và sự thanh tịnh nội tâm của các thành viên Tăng đoàn. Các cuộc tranh luận mang tính học thuật và liên tôn giáo đã đưa ra những hướng dẫn hữu ích cho việc tạo ra một nền tảng thích hợp cho phong trào phục hưng ở Sri Lanka. Có vẻ như môi trường tranh luận này là một dấu hiệu tốt của sự tiến bộ, và chúng đã đưa ra ánh sáng mới thiết thực về khái niệm hiện đại hóa trong bối cảnh của xã hội Tăng đoàn, và một lần nữa nó đã mở đường cho việc hiện đại hóa tổ chức trong xã hội Phật giáo Sri Lanka.

Sách Tham Khảo

- Aggadhaammabhiwansa, Thero. *Visungāma Seema Vinichchhaya.* Colombo: J. D. Dharmasena, 1926.
- Bastian, C.D. "De Soysa Character or the Life of Charles Henry de Soysa," in *Sinhala Daily News Press*. Colombo: 1904.
- Buddharakkhita, Reverend Sri, ed. *Jathibheda Lakshanaya Hewath Janawamsaya Nam Loka Niti Sangrahaya.* Ariyapala, M.B. Colombo: S. Godage and Brothers, 2003.
- Dharmabandhu, T.S. *Pānadure Vvādaya*, 1908. Dharmabandhu, T.S. *Udanvita Vādaya*. Wellampitiya, 1947.
- Dhirasekera, J. and Weeraratne, W.G., eds. *Encyclopaedia of Buddhism, Vol. IV.* Sri Lanka: Department of Buddhist Affairs. Government of Sri Lanka, 1979–1989.
- Gunawardana, P.P. *Gampala Vādaya.* Balapitiya,

1947.

- Kandambi, C.P. *Colombo*. Saddhammapakāsaka Press.
- Kariyawasam, T. "Religious Activities and the Development of a New Poetical Tradition in Sinhalese 1852–1906." (Thesis submitted for the Degree of Doctor of Philosophy at the University of London, 1973), accessed 9/2/23, https://eprints.soas.ac.uk/29003/1/10673247.pdf
- Peiris, P.A. *Milinda-prashna Vāda Nidānaya.* Colombo: Pieris, Sevyashri Press, 1913.
- Ryam, Bryce. *Caste in Modern Ceylon.* Colombo: Wijitha Yapa Publications, 1903.
- Somapala, P.A. *Ūrugodawatte Vvādaya*. Colombo: 1947.
- Tissa, Venerable Wimalananda and Ñānindāsabha, Venerable. *Ramañña-nikāya-dipanī,* (2447 BE).
- Upasena, Venerable Kodagoda Thero, *Abaddha Simā Vinishcaya.* Colombo: D. J. Amaratunga, 1925.
- Upasena, Venerable Kodagoda Thero. *Sammōha Nāsani.* Panadura: M.R.P. Gunawardhana, 1911.
- Weeraratne, W. G., ed. *Encyclopaedia of Buddhism, Vol. VI. Fascicle 3.* Sri Lanka: Department of Buddhist Affairs, Government of Sri Lanka, 2002.
- Weeraratne, W.G., ed. *Encyclopaedia of Buddhism, Vol. VII. Fascicle 2.* Sri Lanka: Department of Buddhist Affairs, Government of Sri Lanka, 2004.
- Wijayathunga, Harishcandra, ed. *Sinhala Encyclopedia,* Vol. 7. Colombo: Department of Cultural Affairs, 1989.
- Wikramanayaka, Don David. *Sekasahita*

Simabandhnayak. Matara: Sudarshana Press, 1924.

- Wimalananda, Venerable Valane (before 1924). *Devapujā Vikāsanī.* Panadure: M.D. Salgadu.

Kết quả bản dịch

- Thảo luận đặc biệt Tác giả đã có cuộc thảo luận đầy thông tin với Hòa thượng Kalupahana Piyaratana Thero (Cử nhân và Thạc sĩ Phật giáo) về chủ đề này.

Các từ viết tắt

- E o B: Bách khoa toàn thư về Phật giáo
- SE: Bách khoa toàn thư Sinhala
- TKT: Luận văn của T. Kariyawasam

2.3.

SỰ LIÊN QUAN CỦA HỆ PHÁI ĐỐI VỚI SỰ HỒI SINH CỦA PHẬT GIÁO TẠI CEYLON TRONG THỜI KỲ THUỘC ĐỊA ANH

Hòa thượng Giáo sư Taldena Ariyawimala
Department of Pali and Buddhist Studies,
University of Ruhuna Matara, Sri Lanka.
Email: taldena14@gmail.com
Phone: 0112343298

Tóm tắt

Một sự kiện độc đáo trong lịch sử Tích Lan là sự xuất hiện của ba giáo phái Tăng già Phật giáo (nikāya) xảy ra trong vòng hai thế kỷ bắt đầu từ thế kỷ thứ mười tám sau Công Nguyên. Sự bất ổn chính trị gây ra bởi sự suy yếu của nhà nước Sinhalese truyền thống ở vùng thượng nguồn Sri Lanka và sự nổi lên của các quốc gia trong khu vực cũng như các cuộc tranh giành quyền lực giữa họ đã làm gia tăng sự suy giảm kinh tế, giáo dục, văn hóa và các thành viên. Kết quả cuối cùng là những người Sinhalese làm việc độc lập lại có lối suy nghĩ phụ thuộc. Hành động văn hóa duy nhất mà người dân địa phương có thể thực hiện để thoát khỏi bối cảnh khắc nghiệt đó và đứng vững là khôi phục Phật giáo. Nhận thấy sự suy thoái của Phật giáo vào thời điểm đó, Hòa thượng Sarankara Sangharaja bắt đầu quá trình khai sáng cho nhân dân về mặt văn hóa và giáo dục. Người dân theo Phật giáo cũng như những người cai trị nhà nước lúc bấy giờ đều hiểu tầm quan trọng của việc xây dựng lại trật tự Tăng đoàn Phật giáo (*Bhikkhu-sāsana*).

Dưới sự bảo trợ của họ, một vị Tăng thống lãnh đạo từ Siam, Hòa thượng Upali Thero, đã đến thăm Sri Lanka và nuôi dưỡng một dòng Tu sĩ Phật giáo xuất gia cao cấp. Hành động cao cả đó là vì lợi ích của tất cả những ai không tuân theo thế lực ngoại bang. Qua đó, một nhóm Tu sĩ đức độ ở đất nước Sri Lanka đã xác lập được quyền lực của mình. Sau một thời gian ngắn, nguyên tắc thiền môn của các nhà sư dẫn đến sự thức tỉnh của dân tộc bắt đầu thay đổi dần dần vì những lý do nhất định. Kết quả cuối cùng là các Tu sĩ có thể lãnh đạo đất nước bị chia rẽ. Sau đó, các Tu sĩ sống ở miền Nam đã dẫn đầu cuộc phục hưng Sāsana. Họ được Ngài Ambagahapitiye Gnanavimalatissa trao quyền lãnh đạo. Tăng đoàn nhận Upasampadā (*thọ Tỳ-kheo cụ túc giới*)[2] từ Arakan ở Miến Điện và thành lập một giáo phái mới ở Sri Lanka gọi là Amarapura Nikāya. Điều đó đã thành công trong việc giải quyết tình trạng bất hạnh của Phật giáo lúc bấy giờ. Bằng chứng là có nhiều Tu sĩ từ miền Nam gia nhập một tông phái Phật giáo mới.

2. Upasampadā trong tiếng Sinhalese có nghĩa: Địa vị xuất gia cao hơn của Tỳ kheo là thành viên đầy đủ của Tăng đoàn, tức thọ Tỳ-kheo cụ túc giới. Upasampadā in Sinhalese meaning: Higher Ordination Status of Bhiksu Full Membership of The Sangha.

That reform movement led to the revival of the Buddhist Dispensation in Sri Lanka only in a certain period of time. Venerable Ambagahawatte Sarankara once again, due to some ideologies about the purity of high ordination (*Upasampadā*), went to the land of Rāmañña in Burma with the help of Southern Country dignitaries, received Upasampadā there, returned to Sri Lanka with the name of Venerable Indasabhavaranjanasami and started the Rāmañña Nikāya in 2407 BC (1864 AD). Thus, in a century and a half, Sri Lankan monks' dispensation had to be renewed three times, maintaining its high standards of ordination and discipline with superior preparation. When discipline is secured, Buddhist dispensation is preserved. The primary purpose of establishing the monk sect is to establish the security of Buddhism and to revive the cultural and academic revival associated with it in the country.

Phong trào cải cách đó đã dẫn đến sự hồi sinh của Giáo hội Phật giáo ở Sri Lanka chỉ trong một thời gian nhất định. Tôn giả Ambagahawatte Sarankara một lần nữa, do một số tư tưởng về sự thanh tịnh của giới Tỳ-kheo (*Upasampadā*), đã đến xứ Rāmañña ở Miến Điện với sự giúp đỡ của các chức sắc Xứ Nam Phương, thọ nhận tấn phong Upasampadā ở đó, trở về Sri Lanka với danh hiệu là Hòa thượng Indasabhavaranjanasami. và bắt đầu Rāmañña Nikāya vào năm 2407 trước Công Nguyên (1864 sau Công Nguyên). Vì vậy, trong một thế kỷ rưỡi, hệ thống Tăng đoàn Sri Lanka đã phải được đổi mới ba lần, duy trì các tiêu chuẩn cao về việc xuất gia và kỷ luật thọ giới. Khi kỷ luật được đảm bảo thì giáo pháp Phật giáo được bảo tồn. Mục đích chính của việc thành lập Tăng đoàn là thiết lập nền tảng thanh tịnh của Phật giáo và phục hồi sự phục hưng văn hóa và học thuật gắn liền với Phật giáo trong nước.

Giới thiệu

Phương pháp nghiên cứu

Phương pháp nghiên cứu định tính được sử dụng và các nguồn tài liệu được tham khảo, các nguồn sơ cấp và thứ cấp cũng được tham khảo.

Mục tiêu nghiên cứu

Mục đích là nghiên cứu thực tế về các tông phái Phật giáo hiện đại phát sinh ở Sri Lanka từ giữa thế kỷ 18 đến cuối thế kỷ 19 và sự phục hưng Phật giáo do các tông phái đó thực hiện.

Phạm vi và ý nghĩa của nghiên cứu

Sau khi phục hồi tấn phong các chức sắc cao (Upasampada) ở Sri Lanka vào năm 1753 sau Công nguyên, Tăng đoàn đã trải qua sự phân chia thành ba giáo phái Tăng già nổi bật trong khoảng thời gian khoảng 110 năm. Việc xem xét các yếu tố ảnh hưởng đến sự ly giáo này cho thấy sự hiện diện của các yếu tố bên ngoài vượt ra ngoài những yếu tố liên quan trực tiếp đến pháp (học thuyết Phật giáo) và Luật tạng (các quy tắc kỷ luật). Trong khi những sự chia rẽ trong Phật giáo thời kỳ đầu, xảy ra khoảng một thế kỷ sau khi Đức Phật nhập diệt, chỉ bắt nguồn từ vấn đề kỷ luật, do đó chúng có thể được giải quyết thông qua việc tham khảo những lời dạy của Đức Phật và các kỳ kiết tập Tam tạng để thống nhất.

Sự chia rẽ giáo phái nổi lên ở Sri Lanka từ thế kỷ 18 trở đi chủ yếu bị ảnh hưởng bởi các yếu tố bên ngoài, các yếu tố như sự phân biệt vùng miền giữa thượng lưu và hạ lưu và các vấn đề liên quan đến đẳng cấp đóng một vai trò quan trọng trong sự chia rẽ này. Sự phân chia không biểu hiện liên quan đến Pháp và Luật mà đúng hơn là trong các vấn đề liên quan đến Luật. Tuy nhiên, sự phân chia của Tăng đoàn thành các giáo phái này không dẫn đến sự suy giảm trật tự chung. Ngược lại, nó tạo điều kiện thuận lợi cho sự phát triển tôn giáo và học thuật gắn liền với Phật giáo. Tầm quan trọng của nghiên cứu này nằm ở việc nghiên cứu xem sự phân chia giáo phái trong xã hội Tăng già đã ảnh hưởng như thế nào đến việc quảng bá Phật giáo vào thế kỷ 19.

1. Giới thiệu tóm tắt về lịch sử nguồn gốc các Tông phái Phật giáo ở Sri Lanka

Sự ly giáo đầu tiên trong lịch sử Phật giáo được tìm thấy sau Kỳ Kết tập Phật giáo lần thứ hai. Các Tu sĩ gắn bó với truyền thống Therayada đã chỉ ra những lý do để bỏ qua Mười Bất Tiện (*dasa-akapa-vastu*) nhưng các Tu sĩ Thượng tọa Bộ (*Vajjiputtaka*) từ chối chấp nhận. Vì vậy, mười ngàn Tu sĩ đã tổ chức một hội đồng chống lại Nguyên Thủy và tách ra dưới danh nghĩa Đại Chúng Bộ (*Mahāsaṅghika*). Điều này đánh dấu sự khởi đầu đầu tiên của chủ nghĩa bè phái trong Tăng đoàn Phật giáo. Sau đó, trong vòng khoảng một thế kỷ, họ đã phát triển thành 17 giáo phái. Sau đó, một sự chia rẽ mới xảy ra do việc trục xuất một nhóm Tu sĩ khỏi cộng đồng Tăng đoàn sau kỳ kết tập Phật giáo lần thứ ba.

Tăng sĩ thọ giới trở lại và chia thành chín giáo phái và soạn thảo những kinh điển riêng biệt thay vì những Giáo lý Phật giáo thuần túy. Phải nói rằng tất cả các giáo phái đều bị giới hạn ở Ấn Độ.

Sự chia rẽ giáo phái đầu tiên ở Sri Lanka xảy ra vào thời vua Vaḷagambā. Lý do cho điều này là vấn đề kỷ luật (Kula-saṃsagga) gây ra bởi việc đích thân vua Vaḷagambā dâng hiến ngôi chùa Abhayagiri cho Tôn giả Mahātissa. Dựa trên hành động đó, các Tu sĩ của Mahā Vihara đã từ chối sự kết hợp của các cư dân của Tịnh xá Abhayagiri. Sau đó họ tách khỏi Mahā Vihara dưới cái tên "Abhayagiriya". Họ chấp nhận những lời dạy của giáo phái Dharmaruchi (từ Ấn Độ) và được gọi là giáo phái Dharmaruchi. Trong Mahāvaṃsa và Jātakaṭṭhakathā có đề cập rằng một giáo phái tên là Mahīshasaka cũng tồn tại ở Sri Lanka. Trong các nguồn đó, nói rằng Đại sư Trung Quốc Pháp Hiền (Fa-Hien) đã đi bộ từ Trung Quốc) chiêm bái Ấn Độ và thỉnh Luật tạng, Kinh tạng thuộc giáo phái Đại Chúng Bộ (Mahishasaka) sang Trung Quốc.

Trong thời trị vì của Gotābhaya, các Tu sĩ thuộc Thượng Tọa Bộ (Vaitulyavāda) đã bị trục xuất khỏi đất nước. Kết quả là Vua Mahāsena đã phá hủy mọi thứ thuộc về Mahā Vihara theo lời khuyên của một vị sư tên là Saṅghamitra, người từ Ấn Độ đến Sri Lanka với ý định trả thù các Tu sĩ sống trong Mahā Vihara. Vua Mahāsena đã xây dựng Jetavanārāma bên trong Mahāvihāra và cúng dường tu viện cho một sư tên là Dakkhiṇārāma Vihāravāsi Tissa. Vì hành động này của vua Mahāsena, các Tu sĩ Mahāvihāra đã rời khỏi chùa. Kết quả là ngôi chùa này nằm dưới sự kiểm soát của các nhà sư Dakkhiṇagiri. Từ đó trở đi họ được biết đến với cái tên Sāgalika Nikāya hay Jetavana Nikāya. Như vậy, ba giáo phái tên là Mahāvihāra, Abhayagiri và Jetavana đã xuất hiện trong thời kỳ đầu của lịch sử Sri Lanka. Tất cả các giáo phái tồn tại vào thời điểm đó đều được thống nhất bởi Vua Mahā Parākramabāhu, người trị vì trong thời đại Polonnaru.

2. Sự xuất hiện của các giáo phái Tăng già hiện đại ở Sri Lanka: Giáo phái Xiêm (Siyamopali-Vaṃsika-Mahā-Nikāya)

Rồi một lần nữa vào thế kỷ thứ sáu, sự suy tàn của truyền thống Phật giáo Tích Lan lại diễn ra dần dần. Các cuộc xâm lược nước ngoài của các quốc gia Bồ Đào Nha, Hà Lan và Anh đã ảnh hưởng rất lớn đến điều này. Trong thời trị vì của Vua Vimaladharmasuriya I, Ngài đã thọ giới Tỳ-kheo (*Upasampadā*) từ các vùng Rakkanga và Arakan ở Miến Điện và tái lập thọ giới cao cấp ở Sri Lanka, nhưng việc này chỉ giới hạn trong một thời gian ngắn. Trong thời Vương quốc Kandy, các Tu sĩ sống ở Sri Lanka đã suy thoái nghiêm trọng về giới luật tôn giáo. Các nhà sư sống trong các ngôi chùa cũng cư xử như những người tại gia bình thường sống một cuộc sống đầy dục vọng. Vì vậy, nhiều Tu sĩ làm việc trong các ngôi chùa vào thời điểm đó được biết đến với cái tên khác là "Ganinnanse".

Hình 1. Bức tranh mô tả Hòa thượng Weliwita Sri Saranankara Sangharaja Thero, Người sáng lập tông phái Siyam Nikaya

Sự bất ổn chính trị gây ra bởi sự suy yếu của nhà nước Sinhalese truyền thống ở Kandy và sự xuất hiện của các quốc gia trong khu vực cũng như các cuộc tranh giành quyền lực giữa họ đã làm trầm trọng thêm sự suy giảm kinh tế, giáo dục, văn hóa và tư cách thành viên. Kết quả cuối cùng là những người Sinhalese làm việc độc lập lại có lối suy nghĩ phụ thuộc. Hành động văn hóa duy nhất mà người dân địa phương có thể thực hiện để thoát khỏi sự khắc nghiệt của môi trường và đứng vững là khôi phục Phật giáo. Nhận thấy sự suy thoái của giáo lý Đức Phật, Hòa thượng Weliwitya Saranankara bắt đầu quá trình thức tỉnh nhân dân về mặt văn hóa và giáo dục. Người dân theo đạo Phật cũng như những người cai trị nhà nước lúc bấy giờ đều hiểu tầm quan trọng của việc tái lập Tăng đoàn Sasana. Sau đó, dưới sự bảo trợ của họ, một Tăng thống từ Siam, Hòa thượng Upali Thero, đã được đưa đến Ceylon và gầy dựng lại một dòng Tu sĩ có giới luật nghiêm minh. Theo đó, vào ngày 19 tháng 7 năm 1753 sau Công nguyên, tại Malwathu Vihara Seema Malaka, các Tu sĩ gồm Kobbekaduwe Thero và Welivita Saranankara Thero đã thọ giới cao cấp và các Ngài đã tái lập dòng truyền thừa Theriya Bhikkhu. Dòng truyền thừa của các nhà sư Theriya được gọi là Shyamopali Maha Nikaya vì nó bắt đầu từ các nhà sư trưởng của Siam (Thái Lan).

Có hai ngôi chùa của giáo phái Xiêm gọi là Asgiri và Malwatu. Trong triều đại của Polonnaru, có hai nhóm Tu sĩ, Ganthadūra và Vipassanādūra, và các Tu sĩ đi theo Ganthadūra là dân làng và những người đi theo Vipassanādūra là Araññavāsī. Lấy cảm hứng từ truyền thống đó, giáo phái Malwathu Vihāra đến từ nhóm Gāmavāsī ưu tiên Ganthadūra, trong khi giáo phái Asgiri Vihāra xuất phát từ Vipassanādūra hoặc Araññavāsī. Có sự khác biệt về quan điểm xem giáo phái nào trong hai giáo phái Tu sĩ, Malwatu và Asgiri, cổ xưa hơn. Có thông tin cho rằng các nhà sư Araññavāsī đã đến Yapahuwa từ Dimbulagala khi Kalinga Magha xâm lược Rajarata vào khoảng năm 1215 sau Công nguyên. Trong số những người đến khu vực Walasgala của Yapahuwa, một nhóm đã đến Seṅkaḍagala Asgiriya (Kandy). “Acchagiri” từ tiếng Pali được dịch sang tiếng Sinhala là “Asgiri”. Các Tu sĩ ở các ngôi chùa như Gadaladeniya Viharaya và Lankatilaka Viharaya thời Kandy đều thuộc giáo phái Gāmavāsī. Có vẻ như Malwatu Vihāra nổi bật hơn Asgiri Vihāra do sự hiện diện của Hòa thượng Sarankara Sangharaja trong Malvatu Vihāra và sự hiện diện của Hòa thượng Upali, người sáng lập giáo phái Siam, và thực tế là Ngài rất thân thiết với giới quan quyền trong cung điện hoàng gia. Thông tin về lịch sử của hai ngôi chùa này có thể được biết từ cả tài liệu của Asgiri Vihāra Vaṃsaya và Seṅkaḍagala Uposathārāma cũng như bối cảnh lịch sử của nó.

Giáo phái Xiêm, bắt đầu từ năm 1753 sau Công nguyên, đã chia thành 8 phe vào khoảng năm 1986. Có nhiều lý do dẫn đến việc này. Một trong những lý do là việc đi đến vùng thượng nguồn Sri Lanka (Kandy) để thọ giới cấp cao rất khó khăn. Các Tu sĩ Phật giáo sống ở những vùng xa xôi trên khắp Sri Lanka cũng phải đến các chùa Kandy, Malwatu và Asgiri để thọ nhận Tỳ-kheo-giới Upasampadā. Vào thời điểm đó, hệ thống giao thông và đường sá chưa đầy đủ. Ngoài ra, sự thờ ơ của các Tu sĩ sống ở vùng cao Sri Lanka đối với các Tu sĩ sống ở miền Nam cũng là một lý do khác. Lúc bấy giờ sự phân chia thượng lưu và hạ lưu rất mạnh. Điều được khẳng định rõ nhất là nhiều Tu sĩ chia thành các phe phái khác nhau từ giáo phái Xiêm cư trú ở khu vực phía Nam Sri Lanka. Ngoài ra, các nhà sư Kandyan thuộc giáo phái Xiêm chỉ coi những người thuộc đẳng cấp Radala và Agragama, được coi là cao cấp hơn trong các đẳng cấp, mới đủ điều kiện để xuất gia. Ngoài hai đẳng cấp đó, việc quyết định không phong chức cao cho những người thuộc đẳng cấp khác bị coi là thấp kém, cũng là một trong những nguyên nhân ảnh hưởng đến sự chia rẽ giữa các đảng phái. Các lý do khác bao gồm sự thách thức của các Tu sĩ giáo phái Malwatu đối với quan điểm của Hòa thượng Bentara Atthadassi về yêu cầu độ tuổi đối với Upasampada. Hiện tại, karaka-sabha quản lý hai ngôi chùa Asgiri và Malwatu thuộc giáo phái Siam, chỉ được đại diện bởi các nhà sư được chọn từ các ngôi chùa thuộc khu vực

Kandy. Đó là truyền thống được duy trì từ đầu nhờ sự tiến cử của nhà vua lúc bấy giờ. Đó là một lý do khác khiến các Tu sĩ ở vùng thấp bị chia cắt.

Giáo phái của các nhà sư vì vậy đã tách ra:

1. Siyamopali vanshika Malwatu vihara parshava (1753)
2. Siyamopali vanshika Asgirivihara parshava (1765)
3. Siyamopali vanshika Sri Kalyani Samagri Dharma Maha Sangha Sabhava (1855)
4. Siyamopali vanshika Kotte sri Kalyani Samagri Sangha Sabhava (1894)
5. Siyamopali vanshika Uwa parshava (1939)
6. Siyamopali vanshika Vanavasa parshava (1968)
7. Siyamopali vanshika Dambulu Wihara parshava (1979)
8. Siyamopali vanshika Sri Rohana Sangha Sabhava (1986).

Tông phái Sri Lanka Amarapura Mahā Saṅgha Sabhāva

Ambagahapitiya Gnanavimala Tissa Sāmaṇera là đệ tử của Bowala Dharmananda Thero thuộc giáo phái Xiêm. Ngài được giáo dục như một đệ tử của Hòa thượng Sangharāja. Nhưng Ngài không có cơ hội thọ giới cao cấp từ chùa Malwatu vì vấn đề đẳng cấp. Theo Dambadeni katikāvata (mã giáo hội của Dambadeni), chỉ những người thuộc nhóm Radala và Agragama mới đủ điều kiện nhận Upasamppadā. Tuân theo quy tắc này trong kinh Dambadeni, họ không ban lễ xuất gia cao cấp cho những người thuộc đẳng cấp khác. Vì vậy, Gnanavimalatissa Sāmaṇera, một cư dân ở vùng hạ lưu, không thể thọ nhận Tỳ-kheo Upasampadā. Biết được điều đó, các quý tộc sống ở vùng đất thấp Sri Lanka lúc bấy giờ đã quyết định phái Ngài sang Thái Lan để thọ nhận giới Tỳ-kheo Upasampadā. Theo đó, vào năm 2342 trước Công nguyên hoặc 1798 sau Công nguyên, Ngài lên tàu từ cảng Galle để đến Thái Lan cùng với bốn Tu sĩ và bốn cư sĩ. Ngài lên đường đến Thái Lan mà không có bất cứ kỳ vọng nào, nhưng trên đường đi Ngài được các thủy thủ cho biết rằng Phật giáo vẫn còn thuần khiết ở Miến Điện nên Ngài từ bỏ hành trình khó khăn đến Xiêm và cập bến Miến Điện. Sau khi đến Amarapura, thủ đô vào thời điểm đó, Ngài nhận được sự bảo trợ của Vua Miến Điện Maha Dharmarajadhiraja và nhận Upasampadā dưới thời Gnanabhiwansa Dharma Senapati Sangharaja. Những người khác cũng thọ đại giới ở đó.

Hòa thượng Ambagahapitiye Sri Gnanawimalatisssa Maha Thera, Người sáng lập tông phái Amarapura

Sau đó, ông đến Sri Lanka và cử hành lễ thọ giới Tỳ-kheo dưới sự giám sát của Hòa thượng Aggasara đến từ Miến Điện tại Udakukkhepa Sima ở sông Mādu, Balapitiya Galle, và thành lập giáo phái Amarapura Saṅgha vào năm 2344 trước Công nguyên (1802 sau Công nguyên). Sau khi giáo phái Amarapura được thành lập, phần lớn Tu sĩ cư trú ở vùng đồng bằng đều gia nhập giáo phái. Trong thời kỳ đầu, chủ nghĩa bè phái bắt nguồn từ các vấn đề về kỷ luật pháp, nhưng sau này lý do của chủ nghĩa bè phái được coi là những vấn đề cực kỳ cá nhân, chẳng hạn như đẳng cấp và thị tộc. Họ được chia thành các đảng khác nhau dựa trên thế hệ Tăng đoàn của họ. Hiện tại, Amarapura Nikaya bao gồm 22 đảng phái Tăng đoàn. Có một vị trí Mahānāyaka trong mỗi Saṅgha Sabha. Hiện tại, tất cả Tăng đoàn cùng nhau thành lập một Tăng đoàn tối cao và một Hòa thượng được bầu vào danh hiệu Mahānāyaka Tăng thống tối cao trong số các vị sư Mahānāyaka Theros đại diện cho từng hệ phái tương ứng. Ngoài ra, một nhà sư được bổ nhiệm làm chủ tịch của tất cả Tăng đoàn Sabha. Mặc dù có nhiều hệ phái / chia rẽ, nhưng các Ngài hoạt động như một Tăng đoàn duy nhất.

Sri Lanka Ramñña Mahā Nikāya

HT. Ambagahawatte Saranankara Maha Thera, Người sáng lập tông phái Sri Lanka Ramañña Nikaya

Là giáo phái Phật giáo thứ ba của Sri Lanka, giáo phái Rāmañña dựa trên các vấn đề liên quan đến giới luật. Người tiên phong đầu tiên của Rāmañña Mahā Nikāya, Hòa thượng Ambagahawatte Saranankarakara Thero, lần đầu tiên được xuất gia làm đệ tử của Hòa thượng Akmeemana Sobitha Thero thuộc giáo phái Siam. Vào năm 1855 sau Công nguyên, Ngài nhận được giới Tỳ-kheo Upasampadā tại Malwatu Vihāra, nhưng do những vấn đề liên quan đến độ tin cậy, Upasampadā đã bị từ chối và vào năm 1856, Ngài lại nhận được Upasampadā ở khu vực sông Kalyani Udakukkhepa Sīma. Thất vọng trước những ý thức hệ nảy sinh về Upasampadā đó, Ngài đã xuất gia và thọ giới đại giới một lần nữa trong giáo phái Amarapura. Khi các hệ tư tưởng khác nhau của Simāsankaravāda và Daḷhikammavāda nảy sinh trong giáo phái Amarapura, các Tu sĩ rất mong muốn loại bỏ nó và được xuất gia trở lại trong sạch. Mục đích duy nhất của Ngài là đạt được sự xuất gia thanh tịnh. Vì vậy, vào năm 1861, Ngài đến Ramayana ở Miến Điện và thọ giới xuất gia từ Tăng đoàn do Hòa thượng Ñeyādhammabhi Gnanakittisiri Saṅgharāja Thero làm Hòa thượng đàn đầu giới sư. Lễ thọ giới cao cấp đạt được tại Visungama Baddha sīma đã được tịnh hóa bằng cách thực hiện daḷhikamma tại Udakukkhepa Sīma. Bởi vì thầy của Ngài và các Tu sĩ khác đều là dân làng nên Ngài cũng tiến hành daḷhikamma từ các Tu sĩ Vanavāsī ở Praha. Vì vậy, sau khi thọ đại giới Tỳ-kheo Upasampadā và hai daḷhikamma ở vùng đất Rāmañña, Ngài hài lòng với niềm tin về sự xuất gia thanh tịnh và đến Sri Lanka vào năm 1862 với danh hiệu kính trọng là "Indasabhavaranjnanasami". Sau đó, cùng với Hòa thượng Vanavāsi Varapitiye Sumitta và Puwakdandawe Pannnananda, Sri Lanka Rāmañña Mahā Nikāya được thành lập bằng cách tổ chức giới đàn Tỳ-kheo Upasampadā đầu tiên trong lãnh thổ của Mahmodara Ginganga Udakukkhepa Sīma ở Galle vào ngày 13 tháng 7 năm 1863.

Sri Lanka Rāmañña Mahā Nikāya là giáo phái độc đáo khác biệt trong số các giáo phái. Những nguyên tắc khổ hạnh và tu viện trong xã hội tu viện truyền thống được thể hiện rõ nhất ở các Tu sĩ Ramayana. Giáo phái này thực hành cách sử dụng gotu-atta (*ô tự nhiên làm bằng lá vừng*), đắp y che cả hai vai, dùng bát đựng thức ăn và y làm bằng vải màu roi da. Ngoài ra, đẳng cấp không được xem xét để xuất gia bình đẳng. Các hoạt động hành chính của giáo phái đó được thực hiện dưới sự chỉ đạo của một Trưởng lão Mahānāyaka. Vì điều đó, Ngài nhận được sự ủng hộ của các nhà sư giữ chức vụ Anunāyaka. Vấn đề tư pháp của giáo phái được thực hiện dưới sự lãnh đạo của vị sư giám luật Adikaraṇa Saṅghanāyaka. Vi sư tri sự là người điều hành mọi công việc hành chính. Một chức vụ riêng biệt đã được bổ nhiệm để thực hiện các hoạt động thọ giới cao cấp, được gọi là saññāalekhakādhikarī.

Để phát triển giáo phái, có bốn hội đồng phát triển là Pariyatti Sabhā, Patipatti Sabhā, Nikāya và xã hội. Đơn vị hành chính nhỏ nhất của giáo phái là Tăng đoàn địa phương. Bốn mươi tám Tăng đoàn khu vực như vậy đang hoạt động trên khắp Sri Lanka. Ngoài ra, để cải thiện và phát triển giáo phái, Hội đồng Giám sát hoạt động tích cực, bao gồm các cộng tác viên thường trực. Ba thành phần chính trong cơ cấu quản lý của giáo phái là Hội đồng quản trị gồm 25 thành viên, Ban điều hành gồm 110 thành viên và Ban thường trực gồm 225 thành viên. Mọi quyết định của giáo phái đều phải được các hội đồng này chấp thuận mới được thi hành. Do đó, hoạt động của Rāmañña Mahā Nikāya, có cơ cấu hành chính rất có trật tự, phù hợp với giới luật. Cuộc thảo luận hiện tại được sửa đổi lần cuối vào năm 2014.

Lúc đầu, phần lớn các tu viện ở Rāmañña Nikāya là các tu viện trong rừng. Mặc dù nhiều ngôi chùa làng đã xuất hiện trong thời hiện đại, truyền thống rừng vẫn được tiếp tục bởi Sri Kalyani Yogāsrama samsthā của Rāmañña Nikāya, truyền thống về rừng nghiêm ngặt nhất ở Sri Lanka.

Mặc dù không thể cưỡng lại hoàn toàn nhưng nhiều truyền

thống cổ xưa và đơn giản vẫn tồn tại trong Rāmañña Nikāya. Các Tu sĩ của Nikaya có thể được phân biệt bằng các truyền thống như sử dụng ô lá cọ (*goṭu Atta*), bát khất thực (*patta*) và che cả hai vai khi đi khất thực (*ubhayānsakaraṇaya*). Y được nhuộm theo quy tắc truyền thống.

3. Những xu hướng mới do sự xuất hiện của các giáo phái Tăng già (Nikāya) Tranh luận Sīmāsaṅkara-vāda

Vào năm 1850, một số nhà sư đã nêu lên nghi ngờ về sự trong sạch của ranh giới Sīma nơi giới đàn Tỳ kheo Upasampadā Vinaya Kamma được giáo phái Amarapura tổ chức với các giới sư Sīmāsaṅkaravāda. Vì điều này nên các quy tắc Sīmālakkhaṇadīpanī, Sīmānaya-dappaṇa, Sīmālaṃkara-saṅgaha, Saṃkara-viniccaya, kumativibedha -viniccaya, Visugāma-sīmā-viniccaya, Vimaticchedanī, Baddha-sīmā-viniccaya, udakukkhe pa-sīmā-viniccaya và sīmā-vinaccya v.v. đã được thêm vào văn học Pāli.

Parupana-vāda

Theo quyết định của Vua Bodawpaya của Miến Điện, mọi nhà sư đều phải đắp y che vai. Theo đó, các Tu sĩ của giáo phái Rāmañña và Amarapura, những người nhận giới Tỳ-kheo Upasampadā từ Miến Điện, đã đắp y vải che kín cả hai vai. Cuộc tranh luận giữa giáo phái Xiêm và giáo phái Rāmañña năm 1888 được lịch sử nhắc đến với tên gọi Pārupanavāda. Hòa thượng Hikkaduwe Sumangala Thero cũng che vai và nhận việc chuẩn bị y áo nên các Tu sĩ thuộc tông phái đó cũng chấp nhận. Liên quan đến vấn đề này, Hòa thượng Kodagoda Gnanaloka Thero đã biên soạn các cuốn sách, Pārupana-pāli và Pārupana-sikkhā, và Hòa thượng Athuraliya Sumangala Thero cũng biên soạn một cuốn sách tên là Purāṇa Pārupana Vata và Atipurāṇa Pārupana Vata. Ngoài ra, các cuốn sách

Sudacchada-vibhāvinī, pārupana-vata, vādārambhaka sangaha cũng đã được xuất bản.

Gotu-atta-vāda

Gotu-atta là một trong những vật dụng cần thiết của các Tu sĩ khổ hạnh. Việc sử dụng ô một lá (*eka-patta-chatta*) cũng đã được Đức Phật khuyến khích. Vào thời điểm đó, ngoại trừ các giáo phái Siam và Amarapura, các Tu sĩ của giáo phái Rāmañña đều sử dụng ô một lá gọi là gotu-atta. Một số cá nhân cố gắng tạo ra một quan niệm sai lầm trong xã hội, cho rằng hành vi này là hành vi vô kỷ luật. Lập luận nảy sinh để cản trở nỗ lực đó là lập luận Gotu-atta. Ngoài những cuộc tranh luận nêu trên, còn có những cuộc tranh luận khác như *Daḍagamuva-vāda, dussiladāna-vāda ro Karagampitiya-vāda, Vāsivāda hay Karakæthi-vāda, Henaratgoda-vada hay Balagalle-vāda, Aguruwælle-vāda, Ratmale-vāda, Nupe-vāda, Galle Kalegāna Abhinava vāda, Algiriya-vāda và Kamburupitiya-vāda* đã được tiến hành.

Những cuốn sách mới và tác giả là kết quả của sự hồi sinh khả năng đọc viết cho Tăng đoàn ở vùng hạ lưu Sri Lanka trong thế kỷ 19 và 20.

Stt	Tên Sách	Tên Tác Giả	Năm XB
1	Simanayadappan	Ven. Randombe Dhammalankara Thero	1845 AD
2	Simalakkhanadipa ni	Ven. Mahakarawe Wimaltisssa Thero	1880 AD
3	Sasanawamsa dipamakavya	Ven. Mahakarawe Wimaltisssa Thero	1878 AD
4	Sadacara vibhaviniya	Ven. S. Dharmakeerthi Thero	1904 AD

5	Sotabbamalini sannaya	Ven. Ahungalle Wimaladheera Thero	1911 AD
6	Balawatara sugama sannaya	Ven. Ahungalle Wimalakittitissa Thero	1911 AD
7	Sadhucaritodaya	Ven. Ambagamuwe Sumedha Thero	1915 AD
8	Adharmavada mardanaya	Ven. Welithara Sudassana Thero	1923 AD
9	Dhatupatha Vilasini	Ven. Welithara Gnanathilaka Thero	1926 AD
10	Ubhaya pratimoksha sannaya	Ven. Welithara Dhammakusala Thero	1927 AD
11	Balawatara sugama sannaya	Ven. Ahungalle Wimalakittitissa Thero	1935 AD
12	Akhyatanaya dipniya	Ven. Galwehere Amaragnana Thero	1936 AD
13	Simalakkhanadipa ni Sannaya	Ven.Galwehera Wimalabuddhitissa	1936 AD
14	Samkya dhammadipika	Ven. Balapitiye Wisuddhaloka Thero	1951 AD
15	Vinaya vinishcaya sannaya	Ven. Lankagoda Dheerananda Thero	1951 AD
16	Garula sandesaya	Ven. Galwehera Amaragnana Thero	1957 AD
17	Sima vinishcaya	Ven. Balapitiye Wisuddhaloka Thero	1968 AD

Kết luận

Văn học Pali cũng phát triển mạnh mẽ khi một giáo phái mới hình thành ở Sri Lanka ra đời gắn liền với các Tu sĩ sống ở vùng ven biển phía Nam. Điều này được cho là do sự xuất hiện của một nhóm doanh nhân giàu có mới từ các vùng ven biển phía Nam Sri Lanka - họ đã cúng dường hỗ trợ cho việc truyền bá Phật giáo. Do cuộc khủng hoảng về giới đàn Tỳ-kheo Upasampadā, các giáo phái khác ngoài giáo phái Siam ra đời, khi các giải pháp được tìm kiếm với sự ủng hộ của những mạnh thường quân giàu có ở địa phương. Sự xuất hiện này không chỉ tạo nên một giáo phái mà còn dẫn đến sự phát triển vượt bậc trong lĩnh vực ngôn ngữ và văn học Pali. Vào thế kỷ 19, hầu hết các sách liên quan đến Phật giáo và ngôn ngữ Pali đều được viết bởi các nhà sư ở khu vực phía Nam. Dường như nó đã dẫn đến sự mở rộng và phát triển của Phật giáo.

Nguồn Tham Khảo Tiếng Anh

- Hinuber, Oskar von. (2001) *A Handbook of Pali Literature.* New Delhi: Munshiran Manobarlal Publishers Pvt. Ltd.
- Malalgoda, Kithsiri. (1976) Buddhism and Sinhalese Society 1750 – 1900, Berkeley.
- Ven. Saddhathissa, Hammalawa. *Pali Literature of South - East Asia.* Buddhhist Cultural Centre, Nedimale, Dehiwala.
- Mendis, G.C. *The Chronicles of Sri Lanka.* Colombo: Karunarathna and Sons Ltd.
- Mendis, G.C. (1948) *Ceylon Under the British*, Second Revised Edition, Colombo.

- Mirando, A.H. (1985) *Buddhism in Sri Lanka in the 17th and 18th Centuries, with Special Reference to Sinhalese Literary Sources*. Dehiwala: Buddhist World Press, Tisara Prakasakayo Ltd.

Nguồn Tham Khảo tiếng Sinhala

- Adikaram, E.W. (2003) *Perani Lakdiwa Bauddha Ithihāsaya*, Godage saha sahodarayo, Maradana, Colombo 10.
- Adikari, Abayarathna. (1993) *Sri Lankawe Sambhāwya Adhyāpanaya saha Mahasangana*, Sridhara Prakasana, Kalapaluwawa Rajagiriya.
- Abhayasinha, P.M.P. (1999) *Udarata Vitti*, Sanskruthika Katayuthu Departhamenthuwa, Colombo.
- Abhayasundara, Praneeth; Edirisinha, Daya. (2009) *Amarapura Udāwa*. Welithara Gnanawimala Nāhimi Anusmarana Padanama, Colombo 09.
- Dasanayaka, Karunarathna. (2005) *Edā Udarata*. Godage saha sahodarayo, Maradana Colombo 10.
- Jayarathna, L.A.; Jayarathna, S.M. (2001) *Pindapāthika Weliwita Saranankara Sangharaja Māhimipāno saha Syāma Warnanāwa*. Karthru Prakasana.
- Rahula Himi, Walpola. (2008) *Bhikshuwage Urumaya*. Godage saha sahodarayo, Maradana Colombo 10.
- Saddhammawansa Himi, Kothmale. (1950) *Ambagahawatthe Indāsabhawara Gnānasāmi Mahanāyaka Swāmindra Charithaya*. Sathmini kirula Muddranalaya, Kalutara.

* * *

- Figure 1. Weliwita Sri Saranankara Thera.jpg.

Unknown artist. Manuscrypts.com, accessed September 20, 2023, http://www.manuscrypts.com/wp-content/uploads/2010/09/DSC03744.jpg

- Figure 2. Most Venerable Walitota Sri Gnanawimalatisssa Maha Thera jpg. Circa 1806. Wikimedia Commons, scanned from *Sri Lanka Amarapura Maha Sangha Sabawa-Gaurava Nama Pradanothsawaya*, (1995) *Magazine*.
- Figure 3. Ambagahawatte Saranankara Maha Thera, Founder of Sri Lanka Ramañña Nikaya, Alchetron, https://alchetron.com/Ramanna-Nikaya

2.4.

SỰ ĐÓNG GÓP CỦA CÁC HỌC GIẢ NƯỚC NGOÀI TRONG VIỆC PHÁT TRIỂN VĂN HÓA PHẬT GIÁO SRI LANKA THẾ KỶ 19-20

Tiến sĩ A. A. Ravindu Priyanka
Cử nhân, Thạc sĩ, Tiến sĩ
Giảng viên Khoa Pali và Phật học
Đại học Ruhuna, Sri Lanka
Email: rpabeywardhana@gmail.com
Whatsapp: +94-71-305-7031
http://www.hss.ruh.ac.lk/staff/Ravindu/8

Tóm Tắt

Từ thế kỷ XVI đến thế kỷ XX, có ba cuộc xâm lược nước ngoài vào Sri Lanka từ người Bồ Đào Nha, người Hà Lan và người Anh. Ba cuộc xâm lược này đã mở đường cho một số hậu quả tai hại đối với nền văn hóa của hòn đảo. Các nhà cai trị Anh muốn có một sự thay đổi mạnh mẽ trong văn hóa Sri Lanka và họ đã làm mọi cách để lên án nền văn hóa này cũng như môi trường xã hội hòa bình của nó. Do đó, Phật giáo và văn hóa xã hội Sri Lanka đã thay đổi mạnh mẽ. Một số Phật tử bắt đầu nghiên cứu tiếng Pali và triết học về Phật giáo để bảo vệ văn hóa Phật giáo truyền thống ở Tích Lan. Ở giai đoạn này, ba công chức người Anh được bổ nhiệm đến Sri Lanka là George Turnour, R.D. Childers và T.W. Rhys Davids và họ đặc biệt quan tâm đến việc nghiên cứu ngôn ngữ Pali và văn hóa Phật giáo của Sri Lanka. Họ giới thiệu ý nghĩa của ngôn ngữ Pali và giáo lý Phật giáo bằng tiếng Anh. Bài viết này xem xét những điểm mạnh của họ và chỉ ra những ưu điểm vượt trội mà người Sri Lanka và các học giả Phật giáo đã có được trong thời kỳ thuộc địa của Anh từ thế kỷ 19 đến thế kỷ 20. Phương pháp nghiên cứu định tính được áp dụng trong bài viết này.

Giới thiệu

Từ thế kỷ XVI đến thế kỷ XX, có ba cuộc xâm lược của nước ngoài vào Sri Lanka là Bồ Đào Nha, Hà Lan và Anh. Ba cuộc xâm lược lớn của nước ngoài này đã gây ra một số hậu quả tai hại cho nền văn hóa của hòn đảo. Những người cai trị Anh muốn có một sự thay đổi mạnh mẽ trong văn hóa Sri Lanka. Họ lên án văn hóa Phật giáo và môi trường xã hội hòa bình của nó. Do đó, Phật giáo và văn hóa xã hội Sri Lanka đã thay đổi mạnh mẽ. Xã hội Phật giáo Sinhala truyền thống bị đe dọa và sụp đổ ở mức độ đáng kể. Có những hoạt động chống Phật giáo và các phong trào tôn giáo xã hội. Các nhà cai trị Anh đã xuất bản nhiều sách Cơ đốc giáo để lên án Phật giáo và văn hóa của hòn đảo.

Một số Phật tử bắt đầu nghiên cứu tiếng Pali và triết học về Phật giáo để bảo vệ văn hóa Phật giáo truyền thống ở Tích Lan. Ở giai đoạn này, ba công chức người Anh được bổ nhiệm đến Sri Lanka là George Turnour, R.D. Childers và T.W. Rhys Davids đặc biệt quan tâm đến việc nghiên cứu ngôn ngữ Pali và văn hóa Phật giáo của Sri Lanka. Họ giới thiệu ý nghĩa của ngôn ngữ Pali và giáo lý Phật giáo bằng tiếng Anh. Bài viết này xem xét việc làm của ba công chức người Anh này.

Vấn đề nghiên cứu

Vấn đề của nghiên cứu này là "Sự đóng góp của các học giả nước ngoài đối với việc quảng bá Phật giáo trong giai đoạn từ thế kỷ 19 đến thế kỷ 20 ở Sri Lanka là gì?"

Phương pháp nghiên cứu

Phương pháp nghiên cứu được áp dụng trong bài viết này là phương pháp nghiên cứu định tính. Theo đó, một cuộc khảo sát thư viện đã được thực hiện. Thông tin thu được từ các nguồn lịch sử đã được xác định và phân tích.

Mục tiêu và giới hạn nghiên cứu

Mục tiêu nghiên cứu của bài viết này là tìm hiểu ba công chức người Anh được bổ nhiệm tới Sri Lanka là George Turnour, R.D. Childers và T.W. Rhys Davids trong thời kỳ thuộc địa của Anh từ thế kỷ 19 đến thế kỷ 20 ở Sri Lanka và cung cấp sự hiểu biết đúng đắn về môi trường xã hội và tôn giáo đương đại của thời kỳ nói trên.

Cuộc thảo luận

Có ba cuộc xâm lược nước ngoài từ thế kỷ XVI đến thế kỷ XX. Họ là người Bồ Đào Nha, người Hà Lan và người Anh. Năm 1505 đánh dấu một bước ngoặt đáng chú ý trong lịch sử

Sri Lanka. Sự xuất hiện của người Bồ Đào Nha và việc họ cố tình phá hủy nền văn hóa trên đảo đã buộc người Sinhalese phải đối mặt với những trận chiến khốc liệt để bảo vệ quốc gia và nền văn hóa của họ. Người Bồ Đào Nha cai trị đất nước trong 150 năm (1505–1658).

Ngay sau thời kỳ này là thời kỳ cai trị của Hà Lan (1658–1796). Người Sinhalese một lần nữa phải đấu tranh chống lại các vấn đề kinh tế xã hội và văn hóa. Trong thời kỳ bất hạnh đó của chính quyền Hà Lan, những kẻ xâm lược đã thiết lập luật La Mã-Hà Lan bỏ qua luật truyền thống của Sinhalese.

Thời kỳ thuộc địa của Anh bắt đầu từ năm 1796 và kéo dài đến năm 1948. Đây được coi là thời kỳ chuyên quyền. Văn hóa Sinhalese truyền thống đã trải qua những trở ngại nghiêm trọng với những hậu quả tai hại dưới sự kiểm soát của quyền lực chuyên chế đó. Tổng thời gian dưới ách nước ngoài là 443 năm. Trong suốt bốn thế kỷ rưỡi này, người Phật giáo Sinhala đã phải chịu đau khổ bằng nhiều cách khác nhau. Hằng ngày, họ phải trải qua những tai họa như thảm sát hàng loạt ở làng mạc, tấn công diệt chủng nhắm vào người dân vô tội và những hành động tàn ác chống lại các Tu sĩ Phật giáo.

Ba cuộc xâm lược lớn của nước ngoài này đã mở đường cho một số hậu quả thảm khốc đối với các khía cạnh văn hóa của hòn đảo. Họ đã thay đổi nền kinh tế, việc chiếm đất và tôn giáo. Họ du nhập Công giáo La Mã cùng với việc phá hủy các đền thờ Phật giáo và Ấn Độ giáo.

Trong năm thế kỷ cuối cùng dưới ách ngoại bang ở Sri Lanka, các Phật tử đã trải qua hàng trăm cuộc tấn công tàn ác. Không chỉ vậy, họ còn phải chịu những phản ứng khó chịu từ các hoạt động truyền giáo. Phật tử tổ chức nghiên cứu tiếng Pali và triết học Phật giáo để bảo vệ văn hóa Phật giáo truyền thống ở Sri Lanka. May mắn thay, có một mối quan tâm tương tự đối với việc nghiên cứu tiếng Pali và Phật giáo trong giới trí thức nổi tiếng ở châu Âu.

Công chức Anh

Vào thời điểm này, ba công chức người Anh được cử đến Sri Lanka, George Turnour (1799–1843), R. C. Childers (1838–1876) và T. W. Rhys Davids (1843–1922) luôn quan tâm đến ngôn ngữ, tôn giáo và văn hóa của hòn đảo Sri Lanka.

George Turnour (1799–1843)

George Turnour sinh ra ở Ceylon vào năm 1799. Cha của Ông, cũng cùng tên, đến Ceylon vào năm 1789 cùng với Trung đoàn 73, và được bổ nhiệm làm Phụ tá Pháo đài ở Jaffna vào năm 1795, sau khi người Hà Lan chiếm được Jaffna. Con trai của ông, George Turnour, được gửi đến Anh để học. Turnour mười tám tuổi được bổ nhiệm vào Cơ quan Dân sự Ceylon và trở về Sri Lanka. Khi được bổ nhiệm làm đặc vụ chính phủ tại Ratnapura, Ông đã làm quen với vị linh mục cao cấp của Sabaragamuwa, người mà qua đó Ông đã có được bản sao bình luận về Mahavamsa, viết bằng tiếng Pali và được bảo quản tại Mulkirigala Vihara. Vì không có từ điển tiếng Pali nên Turnour đã nghiên cứu ngôn ngữ Pali và cùng với một số Tu sĩ Phật giáo dịch văn bản này. Sau nhiều năm học, Ông đã dịch 38 chương đầu tiên của bộ Mahavamsa sang tiếng Anh.

Turnour bị ốm và nghỉ hưu. Ông rời Ceylon năm 1842 và qua đời ở Naples ở tuổi 44 vào ngày 10 tháng 4 năm 1843.

Robert Caesar Childers (1838–1876)

Robert Caesar Childers sinh năm 1838 tại Cantley, Nam Yorkshire, Anh. Ông là con trai của Mục sư Charles Childers, một tuyên úy người Anh ở Nice, Pháp. Năm 1857, Childers mười chín tuổi được trao học bổng tiếng Do Thái và được nhận vào trường Cao đẳng Wadham, Oxford. Đó là một cơ hội tuyệt vời để học tiếng Do Thái. Từ năm 1860 đến năm 1864, Childers được bổ nhiệm làm thư ký riêng cho thống đốc Charles Justin MacCarthy. Sau đó, Ông được thăng cấp làm trợ lý văn phòng cho cơ quan chính phủ ở Kandy. Trong thời gian ở Sri Lanka, Ông học tiếng Sinhala và tiếng Pali với Hòa thượng Yatmulle Sri Dharmarama tại Bentota Vanavasa Vihara. Ông cũng đã kết bạn thân thiết với Hòa thượng Waskaduwe Sri Subhuti Thera. Năm 1864, thời gian ở đó của Ông kết thúc khi sức khỏe yếu buộc Ông phải nghỉ việc và trở về Anh. Năm 1866, Ông được bổ nhiệm làm thư ký cho Ủy ban Dịch hạch Gia súc ở London. Năm 1868, Childers tiếp tục nghiên cứu tiếng Pali dưới sự ảnh hưởng của Reinhold Rost.

Năm 1869, Ông xuất bản văn bản Khuddaka Panha với bản dịch tiếng Anh và ghi chú trên Tạp chí của Hiệp hội Hoàng gia Châu Á, Tập IV. Đây là văn bản Pali đầu tiên được in ở Anh. Năm 1871, Ông xuất bản một bài báo, "Những ghi chú về Pháp Cú, với sự tham khảo đặc biệt các câu hỏi về Nirvaṇa" trên Tạp chí của Hiệp hội Hoàng gia Châu Á, Tập V. Năm 1872, Viggo Fausböll dành riêng việc dịch mười câu chuyện Kinh Bổn Sanh (Jataka) với ghi chú rằng "Những lời khuyến khích tử tế của Childers đã khiến tôi phải tiếp tục việc học tiếng Pali của mình."

Tập đầu tiên của từ điển Pali của Ông được xuất bản năm 1872. Cùng năm đó, Ông được bổ nhiệm làm thủ thư phụ tại Văn phòng Ấn Độ dưới sự chỉ đạo của Reinhold Rost. Năm 1873, Childers trở thành giáo sư đầu tiên về văn học Pali và Phật giáo tại Đại học College, London. Ông đã xuất bản hai bài báo trên Tạp chí của Hiệp hội Hoàng gia Châu Á, Tập VI, "Ghi chú về ngôn ngữ Sinhalese số I – Về sự hình thành số nhiều của các danh từ trung tính" và "Bản văn Pali của Kinh Mahaparinibbana và Bình luận bằng tiếng Anh Dịch." "Siêu hình học Phật giáo" là bài viết mà Ông đã xuất bản trong ấn bản Cowell của cuốn Tiểu luận H. T. Colebrooke.

Năm 1875, Childers xuất bản tập thứ hai, cũng là tập cuối cùng của Từ điển Pali. Từ điển đã được Institut de France trao giải Volney. Ông đã xuất bản trong Tạp chí của Hiệp hội Hoàng gia Châu Á, Tập VII, phần tiếp theo của Kinh Mahaparinibbana và trong Tập VIII hai bài viết: "Ghi chú về ngôn ngữ Sinhalese số 2: Bằng chứng về nguồn gốc tiếng Phạn của tiếng Sinhalese" và phần kết luận của kinh Mahaparinibbana. Mặc dù Childers đã chọn mười bài kinh trong Trường Bộ để dịch nhưng Ông chỉ có thể hoàn thành bảy bài kinh.

Childers qua đời vào ngày 25 tháng 7 năm 1876, để lại vợ, hai con trai và ba con gái. Nếu Ông không qua đời sớm như vậy ở tuổi ba mươi tám, thì Ông đã có thể đóng góp to lớn biết bao cho việc nghiên cứu tiếng Pali và Phật giáo. Những những gì Ông ấy đã làm trong cuộc đời quá ngắn ngủi của mình thật đáng ngưỡng mộ.

Thomas William Rhys Davids (1843–1922)

Thomas William Rhys Davids sinh ngày 12 tháng 5 năm 1843 tại Colchester, con trai cả của một mục sư Giáo đoàn xứ Wales. Mẹ anh qua đời ở tuổi ba mươi bảy sau khi sinh con. Rhys Davids được học tốt tiếng Latin ở trường. Ông học tiếng Phạn dưới sự hướng dẫn của A.F. Stenzler, một học giả xuất sắc tại Đại học Breslau, Đức, và quyết định chọn ngành Công vụ. Khi ở Đức, Ông kiếm tiền bằng cách dạy tiếng Anh. Ông trở lại Anh vào năm 1863 và được đưa đến Ceylon, vượt qua kỳ thi công chức. Với tư cách là Thẩm phán của Galle, một vụ án được đưa ra trước Rhys Davids liên quan đến các câu hỏi về luật giáo hội. Lần đầu tiên Ông biết đến tiếng Pali khi một tài liệu bằng ngôn ngữ lạ được đưa ra làm bằng chứng. Việc đào tạo của Ông dưới sự hướng dẫn của Giáo sư Strenzler là một con đường thích hợp để Ông hướng sự chú ý của mình sang nghiên cứu tiếng Pali và Phật giáo. Khi làm việc tại văn phòng Bộ trưởng Thuộc địa ở Colombo, Ông cũng phải học tiếng Sinhala và tiếng Tamil. Ông nhanh chóng nắm bắt những khái niệm này bằng nền tảng ngữ văn của mình. Người thầy tận tâm của Ông đối với tiếng Pali và Phật giáo là Yatmulle Unnanse (*Đáng kính Yatmulle Sri Dharmarama*), việc giảng dạy của Ông là nguồn kích thích và động lực cho Rhys Davids.

Năm 1871, Rhys Davids được bổ nhiệm làm trợ lý đặc vụ chính phủ của Nuwarakalaviya, nơi thống đốc là Ngài Hercules Robinson. Trung tâm hành chính của Nuwarakalaviya là thành phố cổ Anuradhapura. Đó là thành phố nơi chúng tôi tìm thấy hàng trăm di tích Phật giáo. Rhys Davids yêu Anuradhapura và rất hào hứng với kiến thức về Phật giáo, văn hóa cổ xưa của thành phố cũng như những câu chuyện ẩn giấu về tàn tích của nó nên Ông bắt đầu thu thập các bản khắc và bản viết tay. Từ năm 1870 đến năm 1872, Ông viết một loạt bài cho chi nhánh Ceylon của Tạp chí Xã hội Hoàng gia Châu Á. Trong thời kỳ này, Rhys Davids đã học ngôn ngữ địa phương và giao lưu với người dân địa phương. Từ 1882 đến 1904, Rhys Davids là giáo sư tiếng Pali tại Đại học London. Ông được bầu làm thư ký của Hiệp hội Hoàng gia Châu Á. Năm 1905, Ông đảm nhiệm chức vụ Chủ tịch Tôn giáo So sánh tại Đại học Manchester. Rhys Davids là học giả đầu tiên giới thiệu Phật giáo Kinh điển Pali đến giới học thuật phương Tây. Ông là người sáng lập Hiệp hội Văn bản Pali vào năm 1881 tại London, nơi thúc đẩy việc nghiên cứu Văn bản Pali. Đó là sự đáp ứng một nhu cầu đã ấp ủ từ lâu. Rhys Davids đã dành bốn mươi năm để biên soạn Từ điển Pali-Anh. Đó là thành tựu vĩ đại của cuộc đời ông. Đó là sự đóng góp không giới hạn cho giới học thuật Phật giáo và các nhà ngữ văn Pali. Sau khi Ông qua đời vào ngày 27 tháng 12 năm 1922, công việc phục vụ của Ông được duy trì bởi vợ ông, Caroline Augusta Foley Rhys Davids cho đến khi Bà qua đời vào năm 1942.

Kết Luận

Trong thế kỷ 19 và 20, Phật tử Sri Lanka đã trải qua hàng trăm cuộc tấn công tàn nhẫn và những phản ứng khủng khiếp từ các hoạt động truyền giáo nước ngoài. Do đó, đã nảy sinh một phản ứng mạnh mẽ của Phật giáo đối với thách thức truyền giáo nước ngoài. Các Tu sĩ Phật giáo và các học giả nổi tiếng ở châu Âu đã bắt đầu nghiên cứu tiếng Pali và triết học về Phật giáo để bảo vệ nền văn hóa Phật giáo truyền thống ở Sri Lanka. Trong số các học giả nổi tiếng ở châu Âu có ba công chức người Anh nổi bật là George Turnour, R. C. Childers và T. W. Rhys Davids.

Ba công chức người Anh này luôn quan tâm đến ngôn ngữ, tôn giáo và văn hóa của hải đảo Ceylon. Họ đã thực hiện những nỗ lực không biết mệt mỏi để giới thiệu nền học thuật Phật giáo phong phú mà phương Tây, thế giới nói tiếng Anh, chưa từng biết tới.

Nguồn Tham Khảo

- Blaze, L. E. “The Story of Lanka,” New Delhi: Asian Educational Services, 1921.
- Codrington, H. W. *A Short History of Ceylon*. New Delhi: Asian Educational Services, 1926.
- Dewaraja, Lorna S. “Rhys Davids: His Contributions to Pali and Buddhist Studies,” an article in the *Daily News*, July 22, 1998, Sri Lanka.

- Dhammajoti, Reverend B. "Significance of the Service to Buddhist Scholarship Rendered by the British Scholar Professor Rhys Davids during the British Colonial Period." *Journal of Social Sciences and Humanities Review*, Vol. 3, Issue I, 2018.
- Fausbøll, Michael Viggo, *Ten Jatakas. The Original Pali Text with a Translation and Notes.*
- London & Copenhagen: printed by Louis Klein, 1872. Internet Archive, Open Library. Accessed September 4, 2023, https://openlibrary.org/search?q=.Ten+Jatakas.+The+Original+Pali+Text+With+a+Translation+and+Notes.&mode=everything
- Rhys Davids, T.W. and Stede, William. "Foreword," *Pali English Dictionary*, New Delhi: Munshiram Manoharlal Pub. Pvt. Ltd., 1989.
- Rhys Davids, T.W. ed. *Journal of the Pali Text Society*, London: Oxford University Press, 1887.

2.5.

CÁC YẾU TỐ TIẾN HÓA VÀ BIẾN ĐỔI VĂN HÓA ĐƯƠNG ĐẠI CỦA PHẬT GIÁO TRUYỀN THỐNG Ở SRI LANKA TRONG THỜI KỲ THUỘC ĐỊA ANH

Giảng viên Anuda Kanchana
Khoa Pali và Phật học, Đại học Ruhuna
Email:anuda@pbs.ruh.ac.lk
0719770612

Giới thiệu

Thời kỳ thuộc địa của Anh ở Sri Lanka, kéo dài từ năm 1815 đến năm 1948, đánh dấu một bước ngoặt quan trọng trong lịch sử nước này. Trong thời gian này, Phật giáo truyền thống, vốn là tôn giáo thống trị trong nhiều thế kỷ, đã trải qua những biến đổi văn hóa sâu sắc.

Tiểu luận quan trọng này nhằm mục đích khám phá các

yếu tố tiến hóa góp phần vào những thay đổi văn hóa của Phật giáo trong thời kỳ thuộc địa của Anh ở Sri Lanka và phân tích tác động đương thời của chúng. Nghiên cứu này giúp hiểu rõ bối cảnh lịch sử của Sri Lanka trong thời kỳ thuộc địa của Anh và tác động của nó đối với Phật giáo, cung cấp cái nhìn sâu sắc về động lực của sự thay đổi tôn giáo và văn hóa. Bằng cách xem xét các yếu tố ảnh hưởng đến sự biến đổi văn hóa của Phật giáo, nghiên cứu góp phần bảo tồn và đánh giá cao các thực hành, giáo lý và thể chế Phật giáo truyền thống. Nghiên cứu về các yếu tố tiến hóa này giúp hiểu được bối cảnh tôn giáo đương đại ở Sri Lanka, nơi di sản của những ảnh hưởng thuộc địa và sự hồi sinh của Phật giáo tiếp tục định hình các thực hành và bản sắc tôn giáo. Nghiên cứu nhấn mạnh sự tương tác phức tạp giữa các ảnh hưởng bên ngoài, chẳng hạn như các hoạt động truyền giáo Kitô giáo và giáo dục phương Tây, cũng như tác động của chúng đối với các truyền thống Phật giáo truyền thống, mang lại sự hiểu biết sâu sắc hơn về động lực của các truyền thống tôn giáo và sự thích ứng của chúng. Bằng cách khám phá tác động của chủ nghĩa thực dân Anh đối với Phật giáo, nghiên cứu cung cấp cái nhìn sâu sắc về động lực văn hóa xã hội của Sri Lanka, bao gồm sự tương tác giữa các cộng đồng tôn giáo và sắc tộc khác nhau cũng như những căng thẳng và biến đổi đã xảy ra. Nhìn chung, nghiên cứu này rất quan trọng để hiểu được các khía cạnh lịch sử, văn hóa và xã hội của Phật giáo truyền thống ở Sri Lanka trong thời kỳ thuộc địa của Anh và ý nghĩa đương đại của nó.

Bối cảnh lịch sử

Để hiểu những thay đổi xảy ra trong Phật giáo Sri Lanka trong thời kỳ thuộc địa của Anh, điều cần thiết là phải xem xét bối cảnh lịch sử. Trước thời cai trị của Anh, Phật giáo đã ăn sâu vào cơ cấu xã hội, văn hóa và chính trị của Sri Lanka. Tuy nhiên, với sự xuất hiện của người Anh vào đầu thế kỷ 19, hòn đảo này dần trở thành thuộc địa của Anh. Chính quyền Anh, bị ảnh hưởng bởi các chương trình nghị sự về văn hóa, chính trị và kinh tế của chính mình, đã tìm cách định hình lại bối cảnh tôn giáo của đất nước. Phật giáo truyền thống đã giữ vị trí thống trị ở Sri Lanka trong nhiều thế kỷ trước thời kỳ thuộc địa của Anh. Tuy nhiên, trong thời gian này, tôn giáo đã trải qua những biến đổi văn hóa sâu sắc dưới ảnh hưởng của các yếu tố bên ngoài, như chính sách của Anh, hoạt động truyền giáo Kitô giáo và nỗ lực hiện đại hóa. Nghiên cứu nhằm mục đích khám phá các yếu tố tiến hóa đóng vai trò trong sự thay đổi văn hóa của Phật giáo trong thời kỳ thuộc địa của Anh. Những yếu tố này bao gồm ảnh hưởng của các nhà truyền giáo Thiên chúa giáo, sự du nhập của nền giáo dục phương Tây, sự nổi lên của các phong trào phục hưng Phật giáo và sự thích ứng của Phật giáo với thời kỳ thuộc địa hiện đại.

Ảnh Hưởng Của Những Người Truyền Giáo Kitô

Một trong những yếu tố tiến hóa chính ảnh hưởng đến Phật giáo truyền thống ở Sri Lanka là sự xuất hiện của các nhà truyền giáo Thiên chúa giáo. Người Anh, được thúc đẩy bởi lòng nhiệt thành truyền giáo của họ, đã tích cực quảng bá Cơ đốc giáo, thành lập các trường truyền giáo và nhà thờ trên khắp hòn đảo. Điều này dẫn tới thách thức trực tiếp đối với sự thống trị của Phật giáo, tạo ra môi trường cạnh tranh giữa hai tôn giáo. Các tổ chức và lãnh đạo Phật giáo phải ứng phó với những thách thức này để thích ứng với những động lực đang thay đổi. Các nhà truyền giáo Thiên chúa giáo đã đến Sri Lanka trong thời kỳ thuộc địa của Anh, đóng một vai trò quan trọng trong việc biến đổi tôn giáo và văn hóa (Bastin, R. 2004). Chính quyền Anh tích cực thúc đẩy Kitô giáo thông qua việc thành lập các trường truyền giáo và nhà thờ trên khắp hòn đảo, thách thức sự thống trị của Phật giáo truyền thống (Obeyesekere, G. 1966). Sự xuất hiện của các nhà truyền giáo Thiên Chúa giáo đã tạo ra một môi trường cạnh tranh giữa Phật giáo và Thiên Chúa giáo, dẫn đến xung đột về hệ tư tưởng và thực hành tôn giáo (Malalgoda, K. 1976). Các nhà truyền giáo Thiên chúa giáo đã thành lập các trường học nhấn mạnh vào giáo dục phương Tây và giáo lý Kitô giáo, thách thức hệ thống giáo dục Phật giáo truyền thống tập trung vào các văn bản tiếng Pali và tiếng Phạn (De Silva, K. M. 2005). Ảnh hưởng của các nhà truyền giáo Thiên chúa giáo ở Sri Lanka trong thời kỳ thuộc địa của Anh đã để lại tác động lâu dài đến bối cảnh tôn giáo và văn hóa, hình thành niềm tin và thực hành tôn giáo của người dân địa phương (Tambiah, S. J. 1986).

Giáo Dục Phương Tây Và Hiện Đại Hoá

Một yếu tố quan trọng khác ảnh hưởng đến sự biến đổi văn hóa của Phật giáo ở Sri Lanka là sự du nhập của các nỗ lực hiện đại hóa và giáo dục phương Tây của người Anh. Chính quyền Anh đã thành lập các trường trung cấp tiếng Anh, giới thiệu một hệ thống giáo dục mới nhấn mạnh vào kiến thức và giá trị phương Tây. Hệ thống giáo dục này đã tạo ra sự phân đôi giữa giáo dục Phật giáo truyền thống, tập trung vào các văn bản tiếng Pali và tiếng Phạn, và nền giáo dục thế tục hiện đại được cung cấp bằng tiếng Anh. Việc áp dụng nền giáo dục phương Tây đã tạo ra cảm giác lệch lạc về văn hóa đối với các Phật tử và dẫn đến sự suy giảm học thuật Phật giáo truyền thống. Thời kỳ thuộc địa của Anh ở Sri Lanka chứng kiến sự du nhập của nền giáo dục phương Tây, nền giáo dục này đóng vai trò quan trọng trong quá trình hiện đại hóa đất nước (De Silva, K. M. 2005). Chính quyền Anh đã thành lập các trường trung cấp tiếng Anh, trở thành phương tiện chính để phổ biến kiến thức và giá trị phương Tây ở Sri Lanka (Obeyesekere, G. 1966). Sự du nhập của nền giáo dục phương Tây đã dẫn đến một sự thay đổi từ nền giáo dục Phật giáo truyền thống, tập trung vào các văn bản tiếng Pali và tiếng Phạn, sang một hệ thống giáo dục thế tục và hiện đại hơn (Bastin, R. 2004). Việc áp dụng nền giáo dục phương Tây đã dẫn đến sự suy giảm học thuật Phật giáo truyền thống, khi trọng tâm chuyển sang các chủ đề và hệ thống kiến thức gắn liền với tính hiện đại của phương Tây (Gombrich, R. F. 1988). Sự du nhập của nền giáo dục phương Tây đã tạo ra một cảm giác lệch lạc về mặt văn hóa trong giới Phật tử, vì hệ thống giáo dục và kiến thức truyền thống gắn liền với Phật giáo đã bị gạt ra ngoài lề để ủng hộ các mô hình phương Tây (Malalgoda, K. 1976).

Phong Trào Chấn Hưng Phật Giáo

Những thách thức do các nhà truyền giáo Thiên chúa giáo đặt ra và tác động của nền giáo dục phương Tây đã dẫn đến sự xuất hiện của các phong trào phục hưng Phật giáo ở Sri Lanka. Những phong trào này nhằm mục đích chống lại các mối đe dọa đối với Phật giáo và tìm cách khôi phục và bảo tồn các giáo lý, thực hành và thể chế Phật giáo truyền thống. Các nhà lãnh đạo như Anagarika Dharmapala đóng một vai trò quan trọng trong các phong trào này, ủng hộ chủ nghĩa dân tộc Phật giáo và bảo tồn văn hóa. Các phong trào chấn hưng Phật giáo đã góp phần tái khẳng định bản sắc Phật giáo và củng cố các tổ chức Phật giáo. Trong thời kỳ thuộc địa của Anh ở Sri Lanka, các phong trào chấn hưng Phật giáo đã nổi lên nhằm đáp lại những thách thức do các nhà truyền giáo Thiên chúa giáo đặt ra và tác động của nền giáo dục phương Tây. Những phong trào này nhằm mục đích làm sống lại và bảo tồn các giáo lý, thực hành và thể chế Phật giáo truyền thống (Malalgoda, K.

1976). Anagarika Dharmapala, một nhà lãnh đạo Phật giáo lỗi lạc, đã đóng một vai trò quan trọng trong các phong trào phục hưng Phật giáo trong thời kỳ thuộc Anh. Ông ủng hộ chủ nghĩa dân tộc Phật giáo, bảo tồn văn hóa và quảng bá Phật giáo cả ở địa phương và quốc tế (Tambiah, S. J. 1986). Các phong trào chấn hưng Phật giáo tìm cách tái khẳng định bản sắc Phật giáo trước những ảnh hưởng bên ngoài. Họ nhằm mục đích khôi phục lại sự nổi bật của Phật giáo và giải quyết những thách thức do các hoạt động truyền giáo Kitô giáo và hiện đại hóa phương Tây đặt ra (Gombrich, R. F. 1988). Các phong trào phục hưng Phật giáo ở Sri Lanka trong thời kỳ Anh gắn bó chặt chẽ với lý tưởng dân tộc chủ nghĩa, khi các nhà lãnh đạo nhấn mạnh tầm quan trọng của việc bảo tồn di sản Phật giáo như một phần không thể thiếu trong bản sắc và lịch sử của hòn đảo (De Silva, K. M. 2005). Các phong trào chấn hưng Phật giáo đã dẫn đến việc củng cố và tăng cường các thể chế Phật giáo, bao gồm các chùa, các tu viện và các trung tâm giáo dục, như một phần trong nỗ lực khôi phục và bảo vệ các thực hành Phật giáo truyền thống (Obeyesekere, G. 1966).

Tính Hiện Đại và Thích Ứng Của Thuộc Địa

Thời kỳ thuộc địa cũng chứng kiến sự thích nghi của Phật giáo để phù hợp với khuôn khổ của thời kỳ thuộc địa hiện đại. Các nhà lãnh đạo Phật giáo, nhận ra sự cần thiết phải tham gia vào bối cảnh chính trị xã hội đang thay đổi, đã cố gắng diễn giải lại giáo lý Phật giáo theo cách tương thích với các ý tưởng và giá trị hiện đại. Sự điều chỉnh này nhằm mục đích dung hòa giáo lý Phật giáo truyền thống với các khái niệm như dân chủ, chủ nghĩa dân tộc và công bằng xã hội. Ví dụ, các nhà lãnh đạo Phật giáo ủng hộ sự bình đẳng của tất cả mọi người, thách thức các hệ thống phân cấp xã hội phổ biến trong thời kỳ thuộc địa.

Tác Động Đến Việc Thực Hành và Nghi Lễ Của Phật Giáo

Những biến đổi văn hóa trong thời kỳ thuộc địa của Anh cũng có tác động đến các hoạt động và nghi lễ Phật giáo. Khi các giá trị và tư tưởng phương Tây thẩm nhập vào xã hội Sri Lanka, đã có một sự thay đổi dần dần hướng tới một Phật giáo có định hướng cư sĩ hơn. Sự nhấn mạnh vào chủ nghĩa cá nhân và tâm linh cá nhân đã ảnh hưởng đến việc thực hành Phật giáo, dẫn đến sự phát triển của các trung tâm thiền định và thúc đẩy thực hành chánh niệm. Ngoài ra, các hình thức nghi lễ và nghi lễ Phật giáo mới, chịu ảnh hưởng của các nghi lễ phụng vụ phương Tây, đã xuất hiện trong thời kỳ này.

Trong thời kỳ thuộc địa của Anh ở Sri Lanka, đã có một sự thay đổi dần dần theo hướng Phật giáo mang tính cư sĩ hơn. Sự thay đổi này bị ảnh hưởng bởi các giá trị và ý tưởng phương Tây nhấn mạnh đến chủ nghĩa cá nhân và tâm linh cá nhân (Obeyesekere, G. 1966). Ảnh hưởng của phương Tây và sự nhấn mạnh vào tâm linh cá nhân đã dẫn đến sự phát triển của các trung tâm thiền ở Sri Lanka. Các trung tâm này thúc đẩy các thực hành như chánh niệm và thiền định, được các học viên Phật giáo áp dụng khi tìm cách tiếp cận hướng nội hơn trong việc thực hành tôn giáo của họ (Gombrich, R. F. 1988). Các hình thức nghi lễ và nghi lễ Phật giáo mới xuất hiện trong thời kỳ thuộc địa của Anh, chịu ảnh hưởng của các thực hành phụng vụ phương Tây. Sự tích hợp các yếu tố phương Tây vào các nghi lễ Phật giáo này phản ánh động lực văn hóa đang thay đổi và ảnh hưởng của tính hiện đại thuộc địa (Malalgoda, K. 1976). Phật giáo ở Sri Lanka đã trải qua những sự điều chỉnh để phù hợp với khuôn khổ của thời kỳ thuộc địa hiện đại. Các nhà lãnh đạo Phật giáo tìm cách diễn giải lại giáo lý Phật giáo để phù hợp với các ý tưởng và giá trị hiện đại như dân chủ, chủ nghĩa dân tộc và công bằng xã hội, trong khi vẫn bảo tồn các khía cạnh quan trọng của truyền thống (De Silva, K. M. 2005). Ảnh hưởng của các thực hành phương Tây và nỗ lực hiện đại hóa đã dẫn đến sự biến đổi các nghi lễ và nghi lễ Phật giáo truyền thống. Những thay đổi này phản ánh bối cảnh văn hóa đang phát triển và sự hội nhập của những ảnh hưởng bên ngoài vào việc thực hành Phật giáo trong thời kỳ thuộc địa của Anh (Tambiah, S. J. 1986).

Kết Luận

Thời kỳ thuộc địa của Anh ở Sri Lanka đã mang lại những biến đổi văn hóa quan trọng trong Phật giáo truyền thống. Ảnh hưởng của các nhà truyền giáo Thiên chúa giáo, sự du nhập của nền giáo dục phương Tây và sự xuất hiện sau đó của các phong trào phục hưng Phật giáo đã đóng những vai trò quan trọng trong việc định hình lại các thực hành, thể chế và bản sắc Phật giáo. Những thay đổi này tiếp tục tác động đến xã hội Sri Lanka đương đại, làm nổi bật tính chất phức tạp và phát triển của các truyền thống tôn giáo trước những ảnh hưởng từ bên ngoài. Hiểu được các yếu tố tiến hóa đã hình thành nên Phật giáo trong thời kỳ thuộc địa của Anh là rất quan trọng để hiểu được động lực của tôn giáo và văn hóa ở Sri Lanka ngày nay.

Sách Tham Khảo

- Bastin, R. 2004. *The Domain of Constant Excess: Plural Worship at the Munnesvaram Temples in Sri Lanka*. New York: Berghahn Books.
- De Silva, K. M. 2005. *A History of Sri Lanka*. London: Penguin (Educa Books).
- Gombrich, R. F. 1988. *Theravāda Buddhism: A Social*

History from Ancient Benares to Modern Colombo. Oxfordshire, UK: Routledge.

- Malalgoda, K. 1976. *Buddhism in Sinhalese Society, 1750–1900, A Study of Religious Revival and Change.* Berkeley: University of California Press, https://doi.org/10.1525/9780520324466
- Obeyesekere, G. 1966. "The Impact of the West on Religion and Society in Sri Lanka: With Special Reference to Buddhism." *Journal of Asian Studies.*
- Tambiah, S. J. 1986. *Sri Lanka: Ethnic Fratricide and the Dismantling of Democracy.* Chicago: University of Chicago Press.

2.6.

ĐỨC PHẬT BÊN ĐƯỜNG: MỘT XU HƯỚNG MỚI VỀ VIỆC THỜ TƯỢNG PHẬT Ở SRI LANKA

Thượng tọa Giáo sư Raluwe Padmasiri

Môn Tư tưởng Phật giáo

Khoa Pali và Phật học, Hậu đại học

Đại học Kelaniya, Sri Lanka

Email: raluwe.padma@gmail.com

Giới thiệu

Sự xuất hiện của tượng Phật trong khung cảnh hằng ngày đã trở thành một xu hướng tôn giáo nổi bật ở Sri Lanka kể từ những năm 1990, làm nảy sinh một cuộc tranh luận xã hội mới mẻ xung quanh hiện tượng này. Xu hướng này bắt đầu khi cư sĩ bắt đầu đặt những bức tượng Phật nhỏ dưới gốc cây bồ đề ở các ngã ba, cuối cùng dẫn đến việc đặt các tượng Phật với kích thước và kiểu dáng khác nhau ở nhiều ngã tư, đặc biệt là ở các khu vực thành thị và ngoại ô. Chúng được nhìn thấy chủ yếu gần các công viên xe ba bánh và các khu chợ nhỏ. Nhiều người, từ những dân làng rất nghèo đến các chính trị gia, dường như đều tham gia vào các dự án này. Kích thước của tượng Phật dao động từ 2 đến 5 feet. Trong khi có một số tượng bị bỏ rơi trong một thời gian ngắn, nhưng những tượng khác lại được duy trì, bảo vệ và tôn thờ một cách cẩn thận và hết sức tận tâm. Một số công trình này đã gây ra xung đột sắc tộc và liên tôn giáo ở một số khu vực của đất nước. Việc tìm hiểu xu hướng mới này có thể khá khó khăn do có rất nhiều phương pháp học thuật và tài liệu về chủ đề này.

Phương Pháp và Giới Hạn Nghiên Cứu

Một số nguồn đã được sử dụng để thu thập dữ liệu cho dự án này. Các nguồn tài liệu, các cuộc trò chuyện liên quan đến học thuật, các cuộc phỏng vấn được thực hiện với các cá nhân có liên quan trực tiếp và gián tiếp cũng như với những người quan sát không liên quan đến các dự án đó. Một số chương trình thực hiện về hiện tượng này trên báo in và báo điện tử cũng được xem xét để làm rõ và nắm bắt xu hướng. Như vậy, có thể coi phương pháp nghiên cứu này là phương pháp kết hợp cả định tính và định lượng. Nghiên cứu này thuộc lĩnh vực khám phá hành vi mới của con người liên quan đến các biểu tượng tôn giáo, đặc biệt là của Phật tử, ở Sri Lanka hiện đại.

1. Lịch Sử Tượng Phật và Ý Nghĩa Tôn Giáo

Một số bằng chứng văn học và khảo cổ học nổi tiếng về sự xuất hiện và tiến hóa của tượng Phật.[3] Được biết, bằng chứng

3. Buddhist texts like *Kosalabimba Varnanā, Kālinga Bodhi Jātaka, Ekottarāgma, Samantapāsādikā, and Milinda Panha,* and *Records of Thranata.*

khảo cổ đầu tiên về tượng Phật được tìm thấy vào thế kỷ thứ nhất sau Công nguyên trên một đồng tiền được cho là của vua Kanishka thuộc tộc Kushana.[4] Việc thảo luận về tượng Phật trong truyền thống Nguyên thủy trở nên nổi bật sau này. Tuy nhiên, trong khi nhiều học giả về chủ đề tượng Phật ghi lại rằng nó có nguồn gốc đầu tiên ở Ấn Độ,[5] những người khác vẫn cho rằng nó có nguồn gốc từ Sri Lanka.[6]

Tượng Phật đã phát triển với những đặc điểm độc đáo dưới bàn tay của các nghệ sĩ Sri Lanka trong suốt nhiều thế kỷ. Nó đã trở thành một phần cần thiết trong việc thờ cúng của các Phật tử Sri Lanka trong suốt lịch sử của nó và được đặt trong một phòng thờ riêng để thờ cúng. Nó trở thành một vật linh thiêng tượng trưng cho Đức Phật, viên ngọc đầu tiên trong Tam Bảo của Phật giáo. Theo truyền thống Nguyên thủy, Phật được coi là một trong ba bảo vật linh thiêng được Đức Phật xác nhận (uddesika cetiya: được chế tạo cho Đức Phật). Tục thờ tượng dần dần phát triển với nhiều thay đổi và cuối cùng nó được đưa từ địa điểm linh thiêng truyền thống về địa điểm trần tục. Vì vậy, tượng Phật đã trở thành một trong những biểu tượng tôn giáo phổ biến ở hầu hết các ngôi chùa Phật giáo ở Sri Lanka hiện đại. Điều này cho thấy một sự phát triển hiện đại trong thực hành tôn giáo của Phật tử Sri Lanka. Một số lượng đáng kể tài liệu đã phát triển về chủ đề này từ những quan điểm khác nhau.

Một thực tế được biết là theo truyền thống, tượng Phật thường được đặt tại các địa điểm tôn giáo để thờ cúng. Mục đích duy nhất của những người sùng đạo trong việc xây dựng và bảo trì nó là tôn giáo. Tượng không nên đặt ở những địa

4. A. T. Basnayaka, 2002, *Indiyawe Bauddha Kala Shilpa* (in Sinhala), (Colombo 10: S. Godage & Brothers, 2002), 114.

5. L. de La Vallee Poussin, Wineent Smith, Ananda Coomaraswami, V. S. Agrawal hold this view.

6. D.T. Devendra, Nandadewa Vijesekara, Siri Gunasinghe, Ven. Kamburupitiye Wanaratana bear this opinion.

điểm trần tục trừ những trường hợp hiếm hoi, chẳng hạn như tại cung điện hoàng gia hoặc tại nhà của một nghệ sĩ.

Một số học giả cho rằng tượng Phật không được truyền thống Nguyên thủy Sri Lanka quảng bá cho đến khi ảnh hưởng của Phật giáo Đại thừa trở thành một lực lượng tôn giáo và văn hóa đáng kể. Nó đã không được những người cai trị sử dụng như một biểu tượng của quyền lực mặc dù tháp thời cetiya đã được sử dụng cho mục đích này đối với một số học giả. Tất cả những quan điểm này gợi ý một điểm quan trọng. Ý nghĩa tôn giáo gắn liền với tượng Phật trong lịch sử Sri Lanka vẫn nhất quán và không trải qua những thay đổi giống như các biểu tượng tôn giáo khác.

Mặc dù không thể phân loại xu hướng mới của tượng Phật ở nhiều nơi công cộng như một sự xuất hiện khác biệt với mục đích sử dụng trong lịch sử của nó, một sự thay đổi trở nên rõ ràng khi xem xét mục đích đằng sau việc đặt chúng. Để hiểu được sự thay đổi này, người ta phải suy nghĩ cẩn thận về mục đích đặt những bức tượng này. Với một số hình ảnh được đặt ở một vị trí cụ thể, cảm xúc của những người đóng góp liên quan đến việc tạo ra hình ảnh, nền tảng văn hóa xã hội của họ, sự lựa chọn màu sắc được sử dụng trong hình ảnh và số lượng hình ảnh nằm ở một vị trí cụ thể-tất cả đều có tác dụng một vai trò quan trọng. Bất kể tầm quan trọng của việc cung cấp một mô tả sâu rộng về tất cả các yếu tố này, bài viết này cố tình bỏ qua chúng để tập trung vào khái niệm chính của dự án.

2. Tại Sao Xu Hướng Tượng Phật Mới Này Lại Xuất Hiện?

Việc đưa ra câu trả lời trực tiếp cho câu hỏi này rất phức tạp. Nó không chỉ được thúc đẩy bởi những ý định thiêng liêng và tôn giáo dẫn đến việc tạo ra các hình ảnh trong bối cảnh lịch sử của nó. Người ta nhận thấy rằng những lý do khác nhau dẫn đến việc xây dựng những hình ảnh khác nhau. Ví dụ, có thể thấy mười lý do chính đằng sau việc xây dựng mười tượng Phật công cộng. Tuy nhiên, người ta không thể bỏ qua mối quan tâm cơ bản, đó là ý nghĩa tôn giáo của tất cả những tượng Phật này.

Việc xác định lý do chính xác để tạo ra những hình ảnh này là một thách thức do bức tranh phức tạp. Một số lý do có thể góp phần vào xu hướng mới nổi này đã được thảo luận bởi Gananatha Obesekara[7] (1971), Tiến sĩ Soorakkulame Pemaratana[8] (2021) và một số học giả khác, những người đã thảo luận về các nguyên nhân chính từ hai quan điểm khác nhau.

Bất kể các khía cạnh khác nhau được trình bày ở trên, người ta có thể nhận thấy rằng mục đích chính của việc xây dựng tất cả các quy chế này là để các tín đồ bày tỏ lòng tôn kính đối với bậc thầy tôn giáo của họ, trong trường hợp này là Đức Phật. Thông thường, biểu hiện niềm tin của một tín đồ vào vị thầy của họ nổi lên như một bức tượng Phật. Sự tôn trọng tượng Phật trong tâm thức Phật giáo Sri Lanka đã tồn tại hàng nghìn năm. Liệu lòng sùng mộ này chỉ dựa trên niềm tin đơn thuần (*amulikā saddhā*), hay niềm tin có lý do chính đáng (*ākāravati saddhā*) là một điểm còn đang tranh luận. Nhưng ý thức tôn giáo chung của người Phật tử là việc xây dựng, duy trì, bảo tồn và tỏ lòng tôn kính tượng Phật là việc thiện. Đó là một tư tưởng tôn giáo có cội rễ sâu xa. Hơn nữa, xu hướng tượng Phật mới này có thể được coi là dấu ấn của sự tái hiện các hoạt động tôn giáo truyền thống trong bối cảnh kinh tế, văn hóa xã hội phức tạp mà con người phải đối mặt

7. Gananath Obesekara, "Religious Symbolism and Political Change in Ceylon," *Modern Ceylon Studies* 1 (January 1970), 43–63.

8. Soorakkulame Pemarathana, "Bringing the Buddha Closer: The Role of Venerating the Buddha in the Modernization of Buddhism in Sri Lanka," accessed June 9, 2023, https://d cholarship.pitt.edu/31565/1/Pemarathana%20Dissertation%20April%202017%20%2024%20Final_1.pdf

với vô số thách thức khó lường trong xã hội hiện đại. Những lý do cơ bản đằng sau xu hướng mới này có thể được phân thành hai.

i Mục tiêu chung

Tại thời điểm này, điều quan trọng là phải điều tra các mục đích xã hội, văn hóa và tôn giáo tập thể đã khiến cho một nền văn hóa tượng Phật mới xuất hiện ở Sri Lanka. Một trong những lý do rõ ràng đằng sau điều này là nỗi sợ mất đi bản sắc tôn giáo của mình trong bối cảnh đa tôn giáo. Trong bối cảnh này, tầm quan trọng của bản sắc tôn giáo Phật giáo trở nên tối quan trọng, vì Phật giáo là cộng đồng tôn giáo chiếm ưu thế trong suốt lịch sử được biết đến của xã hội Sri Lanka.

Con người thay đổi phương thức biểu hiện các khuôn mẫu văn hóa của họ khi khuôn mẫu hiện tại bị thách thức. Họ tìm ra những cách diễn đạt mới. Nỗi sợ mất đi bản sắc Phật giáo của mình là một trong những nguyên nhân cơ bản của xu hướng mới này. Nỗi đau buồn sâu sắc về mặt cảm xúc của một Phật tử sùng đạo khi các bức tượng Phật ở Bamian bị Taliban phá hủy, rõ ràng là coi thường các tiêu chuẩn di sản quốc tế đã được thiết lập, các kho tàng khảo cổ và các nguyên tắc đạo đức được chấp nhận rộng rãi, không phải là một vấn đề đơn giản. Bản sắc Phật giáo dần dần bị tan biến ở một số quốc gia Hồi giáo gần đây, chẳng hạn như Indonesia, trong một khoảng thời gian ngắn. Không có gì lạ khi những Phật tử bình thường cảm thấy sợ hãi mất đi bản sắc tôn giáo của mình trong những hoàn cảnh như vậy. Sự không chắc chắn này khiến các cá nhân tìm ra những cách thức mới để bảo tồn bản sắc tôn giáo của mình. Phật tử đã trải qua sự đàn áp tôn giáo này trên toàn cầu và địa phương trong một nghìn năm. Sự phá hủy Đại học Phật giáo Nalanda ở Ấn Độ bởi những kẻ xâm lược Hồi giáo, bao gồm M. Bhakhtiyar Khalji (thế kỷ thứ mười ba sau Công Nguyên), phá hủy toàn bộ nền văn hóa Phật giáo và di sản của Polonnaruwa cổ đại ở Sri Lanka bởi những kẻ xâm lược Ấn Độ giáo do Kalinga Magha (thế kỷ thứ mười ba sau Công Nguyên), và cuộc xâm lược hòn đảo của người Bồ Đào Nha, người Hà Lan và người Anh trong 500 năm là một số đòn nổi tiếng chống lại các Phật tử. Sự lo sợ của các Phật tử về việc mất đi bản sắc Phật giáo của mình không phải là không có căn cứ trước những sự kiện lịch sử này và các xu hướng tôn giáo hiện đại toàn cầu mới. Vì vậy, một xu hướng mới tôn vinh tượng Phật dường như đã xuất hiện trong bối cảnh khó khăn này, khi sự sống còn của chính bản thân một người bị thách thức bởi những người khác.

Một lý do khác cho xu hướng này là sự cạnh tranh giữa các tôn giáo trong một xã hội đa tôn giáo. Những người theo đạo Thiên chúa xây dựng các biểu tượng tôn giáo khác nhau như cây thánh giá, tượng Đức Mẹ Maria hoặc các vị thánh khác ở những khu vực địa lý mà họ là nhóm tôn giáo thống trị, trong khi người Hồi giáo xây dựng những nhà thờ Hồi giáo khổng lồ ở những khu vực họ sinh sống. Cho đến gần đây, tương đối ít các địa điểm tôn giáo Phật giáo nằm trong các trung tâm đô thị. Ngay cả những ngôi chùa Phật giáo hiện có ở nhiều thành phố nhìn chung cũng có quy mô nhỏ hơn so với những nơi thờ cúng khác. Tuy nhiên, Phật tử là nhóm tôn giáo thống trị cả nước dù họ không chiếm ưu thế ở mọi vị trí địa lý. Họ có thể cảm thấy rằng việc không xây dựng các biểu tượng tôn giáo để thể hiện bản sắc tôn giáo của họ là dấu hiệu đánh mất bản sắc của họ. Ý nghĩ về sự không chắc chắn và bản sắc này dường như đã dẫn đến sự phát triển của ý thức tôn giáo tập thể. Việc xây dựng và đặt tượng Phật ở một khu vực được chọn cụ thể sẽ trở thành một phần của hành vi tôn giáo chung.

Hơn nữa, một lý do quan trọng khiến mọi người buộc phải tìm kiếm và tham gia vào những xu hướng như vậy là do cuộc sống của họ không thể đoán trước được một cách đột ngột, suy thoái kinh tế và các thảm họa thiên nhiên như sóng thần, lở đất và nhiều sự kiện khác. Một số nghiên cứu đã minh họa rằng sự sụp đổ kinh tế đột ngột ở một quốc gia hoặc một quốc gia có thể dẫn đến mức độ sùng đạo tôn giáo của người dân ở đó tăng lên. Việc tham gia ngày càng nhiều vào các nghi lễ tôn giáo và viếng thăm các địa điểm linh thiêng như một phương tiện để tìm kiếm sự bình an nội tâm đã trở thành một xu hướng phổ biến.

Trận sóng thần năm 2004 ở Sri Lanka là một trong những thảm họa thiên nhiên lớn mà người dân Sri Lanka phải gánh chịu. Hàng nghìn sinh mạng bị mất đi và tài sản công và tư bị phá hủy đã khiến người ta phải suy ngẫm về cuộc sống theo một cách khác. Sự xuất hiện của xu hướng mới về hình ảnh Đức Phật dường như có liên quan đến sự kết hợp của những thách thức tâm lý và tác động cảm xúc của việc mất đi mọi thứ trong cuộc sống do sự hủy diệt này. Số lượng tượng Phật được đặt ở các thành phố và vùng ngoại ô ít hơn trước sự phá hủy này. Người ta nhấn mạnh rằng tượng Phật nằm ở khu vực bị sóng thần tấn công ít bị hư hại hơn hoặc không bị hư hại so với các tòa nhà khác bị hư hại ở những khu vực đó. Niềm tin này đã khiến một số tín đồ xây thêm nhiều tượng ở các khu vực thành phố và ngoại ô. Sự xuất hiện của các thảm họa thiên nhiên đóng vai trò như một yếu tố năng động ảnh hưởng đến các khía cạnh tâm lý của lòng tôn giáo của con người. Kết quả là số lượng tượng Phật tăng đột ngột trong vòng vài năm sau trận sóng thần.

Tương tự, tượng Phật đã xuất hiện như biểu tượng cho sự đoàn kết của một nhóm xã hội nhỏ. Có thể thấy các loại tổ chức xã hội khác nhau đằng sau việc xây dựng và bảo trì nó. Các thành viên của các đơn vị xã hội nhỏ dành thời gian, sức lao động và tiền bạc của họ cho việc này. Nó không chỉ giới hạn ở việc xây dựng hoặc bảo trì một đền thờ hoặc tượng vật chất. Họ tổ chức và thực hiện các hoạt động tôn giáo xung quanh công trình của mình. Các nghi thức, nghi lễ cũng được tiến hành đúng mực, làm tròn trách nhiệm xã hội của tập thể. Các hiệp hội như hiệp hội những người lái xe ba bánh là một ví dụ điển hình cho điều này. Bức tượng trở thành biểu tượng gìn giữ hòa bình giữa những người có cùng nghề cạnh tranh.

Mặt khác, cảm giác được bảo vệ dường như cũng hoạt động đằng sau xu hướng mới này. Sự bảo vệ cho thấy sự bảo vệ về mặt tinh thần, xã hội và thần thoại trong bối cảnh này. Việc tìm kiếm và tôn kính tượng Phật trong các trại vũ trang, đặc biệt là ở những khu vực bị chiến tranh tàn phá ở phía Bắc và phía Đông Sri Lanka, là một ví dụ về thực hành này. Điều tương tự cũng được tìm thấy ở các nơi làm việc khác nhau như nhà máy may mặc. Vị trí của bức tượng trong bối cảnh như vậy rất có ý nghĩa vì nó tạo nên mối liên hệ giữa cá nhân và bức tượng. Một số người khẳng định hình ảnh và sự tương tác với nó đóng một vai trò to lớn trong việc giải tỏa những cảm xúc khó chịu của họ và mang lại niềm an ủi.

Xu hướng này cũng được thúc đẩy bởi mong muốn trau dồi và củng cố danh tiếng xã hội hoặc chính trị bằng cách sử dụng hình ảnh mạnh mẽ này. Tượng Phật, giống như bất kỳ biểu tượng tôn giáo nào khác, có thể dễ dàng thu hút sự chú ý của những người theo đạo. Ví dụ: một nhóm có hành vi khét tiếng có thể sử dụng điều này để thay đổi hình ảnh xã hội tiêu cực của họ.

ii. Mục tiêu cá nhân

Các mục tiêu cá nhân và trần tục của một người dường như cũng đóng một vai trò quan trọng trong việc xây dựng và duy trì hình ảnh Đức Phật ở nơi công cộng. Những mục tiêu này có thể được phân loại thành các nhóm nhỏ liên quan đến mục đích của sự tham gia. Tuy nhiên, không dễ để bỏ qua hoặc bác bỏ lòng sùng đạo đích thực của một người khi đối chiếu với những người có động cơ hoặc ý định thầm kín. Trong khi một số cá nhân tham gia vào những hành động này với động cơ tôn giáo thuần túy thì những người khác lại sử dụng nó để đạt được những mục tiêu trần tục của họ. Hành vi thông thường của con người thường rất phức tạp để xác định. Do đó, khả năng có những suy nghĩ thầm kín về chủ nghĩa dân tộc, phân biệt chủng tộc hoặc đôi khi là những mục tiêu mang tính cá nhân cao có thể là những yếu tố góp phần vào hành động cụ thể này. Có rất nhiều câu chuyện đằng sau việc xây dựng tượng Phật công cộng. Một số đã được biết đến; những người khác chỉ được một số ít người biết đến. Đôi khi, câu chuyện chính xác đằng sau một sự kiện chỉ những người thân thiết mới biết. Một trường hợp được biết đến là khi một cá nhân hoặc một nhóm người cụ thể nhận thấy rủi ro hoặc thách thức đối với công việc kinh doanh hoặc nhà ở của họ do một dự án công cộng đã được lên kế hoạch như hệ thống đường bộ hoặc đường sắt, họ sẽ đặt tượng Phật để ngăn chặn dự án đó.[9] Thay vì thể hiện sự phản đối trực tiếp đối với một dự án công cộng, họ sử dụng biểu tượng tôn giáo cũng là nhân vật của công chúng, tạo ra bầu không khí tôn giáo. Vì việc tôn trọng tượng Phật đã trở thành một phần trong tôn giáo của các tín đồ, nên nó có thể được sử dụng để dễ dàng thuyết phục người khác rằng việc dỡ bỏ một hình ảnh công cộng như vậy là một hành động chống lại Phật giáo hoặc bản sắc Phật giáo. Cuối cùng, dự án công cộng được đề xuất bị xáo trộn hoàn toàn hoặc phần nào và tượng Phật cùng mảnh đất dành riêng cho dự án đó trở thành một loại tài sản công.

9. Một số phần tử thận trọng nhất định lợi dụng những thứ này để thu được lợi ích cá nhân khác. Ví dụ, tin đồn nổi tiếng liên quan đến một bức tượng Phật lớn ở thị trấn Panadura là một doanh nhân đã dựng lên bức tượng này để ngăn chặn việc những cơ sở kinh doanh phía sau nó bị phá bỏ khi đang thi công đường." "Certain scrupulous elements make use of these things for other personal gains. For example, famous gossip regarding a major Buddha statue in Panadura town is that a businessman put up this statue to prevent his business places that were behind it from being demolished in road construction." http://lankapolity.blogspot.com/2010/06/sri-lanka-government-takes-control-of.html. Accessed September 9, 2023.

Nhiều nhân cách sử dụng xu hướng tượng Phật mới này để đạt được nhiều mục tiêu cá nhân khác nhau. Đôi khi, một cá nhân có nhân cách trước công chúng bị tổn hại do hành vi sai trái trong quá khứ có thể sử dụng hình ảnh đó như một công cụ để cải tạo hình ảnh trước công chúng và quên đi những đặc điểm tiêu cực của mình. Họ có thể tham gia vào dự án này bằng cách cung cấp hỗ trợ tài chính, lao động hoặc lãnh đạo.

Rõ ràng là có nhiều yếu tố khác nhau, dù trực tiếp hay gián tiếp, công khai hay che giấu, cá nhân hay cộng đồng, đều góp phần vào sự xuất hiện và tiếp tục xu hướng mới này trong hình ảnh Đức Phật trước công chúng.

Hầu hết các hình ảnh được khám phá và chưa được khám phá đều tiết lộ những lý do nền tảng khác nhau cho sự xuất hiện của chúng. Tuy nhiên, người ta không thể phủ nhận sự sẵn có của cả những phẩm chất và kỹ năng tích cực của con người như lao động thanh niên có tổ chức, thể hiện cảm xúc tôn giáo tập thể một cách nghệ thuật, cùng với những khía cạnh tiêu cực như thể hiện lòng sùng đạo tôn giáo của một người theo cách làm suy yếu hoặc chỉ trích niềm tin hoặc bản sắc tôn giáo của người khác. Bức tranh phức tạp về những nhân vật khác nhau với những động cơ và hành vi công cộng khác nhau cho thấy một khía cạnh quan trọng của Phật giáo Sri Lanka hiện đại thời hậu thuộc địa.

3. Cơ Chế Văn Hóa Xã Hội Gắn Với Hình Tượng Phật

Cơ chế văn hóa xã hội của Sri Lanka gắn liền với hình ảnh Đức Phật là một lĩnh vực đáng quan tâm để khám phá. Tượng Phật thường được tạo ra với sự tham gia tập thể của các nhóm xã hội như người cao tuổi, thanh niên và nhiều nhóm hoặc tổ chức xã hội. Những suy nghĩ xã hội tập thể được chia sẻ và những khác biệt xã hội khác nhau tạm thời được giảm bớt. Những người giàu có, các nhà tài trợ và nhiều nhân vật khác trong khu vực gắn kết với nhau trong một dự án duy nhất.

Người ta thấy rằng những hướng dẫn từ các chức sắc tôn giáo, đặc biệt là người đứng đầu đương nhiệm của ngôi chùa ở khu vực cụ thể đó hoặc một trong những thành viên tu viện đều được ban tổ chức tìm kiếm. Sự ủng hộ của các chính trị gia trong khu vực cũng đạt được cho sự thành công của dự án. Các yếu tố nổi bật góp phần xây dựng ý thức tập thể, đồng thời các đặc điểm văn hóa xã hội của các cộng đồng này quyết định hình thức, quy mô và vị trí của hình ảnh được miêu tả.

Việc xây dựng và trang trí nghệ thuật xung quanh tượng Phật được đề xuất phụ thuộc vào sự hiểu biết về văn hóa xã hội cũng như nguồn tài chính của người tổ chức sự kiện. Các quyết định về hướng của hình ảnh, màu sắc của hình ảnh, tính chất của nhạc cụ, hệ thống ánh sáng sẽ được lắp đặt được thực hiện phù hợp với lòng sùng đạo, sự hiểu biết, khả năng đạt được sự đồng thuận và mục tiêu mong đợi đạt được của nhóm. Vì vậy, việc tạo ra một bức tượng Phật và đặt nó ở nơi công cộng có thể được coi là một hành động xã hội tập thể thú vị được thực hiện dựa trên tôn giáo chung.

4. Tiện Ích Xã Hội Của Tượng Phật Nơi Công Cộng

Hiểu biết về cách một tượng Phật công cộng được bảo tồn, tôn thờ, tôn kính và chăm sóc cũng là một khía cạnh quan trọng cần được khám phá. Những cách ứng xử nhiều mặt được quan sát thấy liên quan đến các khía cạnh nêu trên. Những tượng Phật công cộng được tạo tác một cách vội vã và được chăm chút cẩn thận đều được đối xử tốt và tôn kính ở một số nơi. Đôi khi, một hệ thống nghi lễ thích hợp để chăm sóc và tôn kính ảnh tượng được các tín đồ khác nhau lên kế hoạch và chia sẻ tùy theo khả năng và thời gian sẵn có của họ. Một số nhóm nhiệt tình làm việc để duy trì sự thiêng liêng tối đa mà họ có thể đề cao bằng việc tôn trọng sự thiêng liêng của hình ảnh. Vì vậy, không khó để tìm thấy những hình ảnh được gìn giữ cẩn thận và trang trọng qua nhiều thế hệ. Tuy nhiên, một số hình ảnh bị bỏ rơi một cách bất cẩn trong một khoảng thời gian ngắn. Những nơi bị bỏ hoang đó dường như bị lạm dụng cho những hành vi phản xã hội khét tiếng. Sự thanh thản của hình ảnh cũng tự nhiên xấu đi do sự bất cẩn. Nó trở thành ngôi nhà cho chim và côn trùng. Một tượng Phật được chăm sóc chu đáo đã bị thế hệ thứ hai ở một địa điểm cụ thể bỏ rơi vì nhiều lý do. Sự bất đồng của thế hệ thứ hai với những người sáng lập ra bức tượng như vậy hoặc việc thế hệ thứ hai không thích tiếp tục các dự án do thế hệ trước bắt đầu là hai lý do được biết đến dẫn đến việc bỏ tượng Phật ở những nơi công cộng. Tương tự như vậy, hầu hết các tượng Phật công khai được thiết lập cho mục đích cá nhân thường bị bỏ rơi.

Sự tồn tại lành mạnh lâu dài của tượng Phật trước công chúng được quyết định bởi ý thức tôn giáo-xã hội và nhận thức của người dân ở một khu vực cụ thể. Sự lãnh đạo của Phật giáo, thái độ, sức mạnh, bản chất của thanh niên và tính tập thể của các tổ chức xã hội khác nhau trong khu vực quyết định sự thanh tịnh của địa điểm và hình ảnh cũng như cách ứng xử, nghi thức và lễ nghi đúng đắn.

Tượng Phật công cộng là một biểu tượng tôn giáo mà qua đó có thể dễ dàng hình thành một quyền lực dân sự và xã hội. Tuy nhiên, bất kỳ cá nhân hoặc nhóm nào cũng có thể tạo và đặt tượng Phật ở nơi công cộng với những điều kiện nhất định. Bất kể mức độ phổ biến đã đạt được, xu hướng đặt tượng Phật gần đây ở các khu vực phi tôn giáo và công cộng đang bị chỉ trích nặng nề vì nhiều lý do. Lời chỉ trích được đưa ra chống lại tất cả các nhân vật có liên quan, bao gồm cả lãnh đạo Phật giáo tu viện, các chính trị gia trong vương quốc và các nghệ sĩ.

5. Biểu Tượng Sức Mạnh về Hình Ảnh Phật Giáo Trong Cộng Đồng

Bất kỳ biểu tượng tôn giáo nào cũng có thể tạo thành một quyền lực xã hội. Trọng lượng của quyền lực được xác định bởi các yếu tố như bản chất của biểu tượng, mục đích sử dụng, vị trí, sự công nhận về mặt pháp lý và xã hội cũng như mức độ tham gia của công chúng. Tượng Phật ở Sri Lanka đã có được một vị trí lịch sử độc đáo. Sức mạnh biểu tượng và sự tinh tế của nó được tăng cường bởi các yếu tố như phần lớn người Sri Lanka theo đạo Phật, việc sử dụng bức tượng trong lịch sử để liên kết đức tin và các mối quan hệ xã hội, sự công nhận của nó như một vị Phật sống, vai trò trung tâm được trao cho hình ảnh và ngôi nhà tượng của Đức Phật. Tu viện, hình thành và tồn tại của một loạt các hoạt động tôn giáo liên tục xung quanh tượng Phật.

Con người khao khát quyền lực. Bất kể giới hạn về thời gian và không gian, hầu hết các biểu tượng tôn giáo đều có chức năng là biểu tượng của quyền lực. Sự xuất hiện trở lại của tượng Phật trong những khung cảnh khác nhau với hình dáng khác nhau gợi lên sức mạnh vốn có của xã hội. Trong mỗi xã hội, vốn xã hội được chia sẻ và giải trí theo từng cá nhân và xã hội. Vốn xã hội được sử dụng để lấy lại quyền lực xã hội mà một người đã mất do một hành vi cụ thể trong một thời gian cụ thể. Để hình thành và giành được quyền lực xã hội, người ta có thể sử dụng tượng Phật trong bối cảnh này. Tượng Phật có thể đóng vai trò trung tâm trong việc gắn kết sự lãnh đạo tôn giáo, sự tham gia của công chúng, các nhà lãnh đạo chính trị khu vực, nghệ sĩ, tín đồ và những nhân vật chủ chốt của nền chính trị đương đại.

6. Chính Trị Gắn Liền Với Sức Mạnh Biểu Tượng Của Hình Ảnh Phật Giáo

Jürgen Habermas trong tư tưởng chính trị của mình đã nghiên cứu sâu sắc mối quan hệ giữa tôn giáo và nhà nước.[10] Ông sử dụng hai khái niệm, lĩnh vực riêng tư và lĩnh vực công

10. Jürgen Habermas, ‘Religion in the Public Sphere, accessed August 9, 2023,http://www.sandiego.edu/pdf/pdf_library/habermaslecture031105_c939cceb2ab087bdfc6df291ec0fc3fa.pdf

cộng, để làm nổi bật quan điểm. Lĩnh vực công thảo luận về thái độ, ý tưởng và suy nghĩ của cá nhân dẫn đến hành động công như thế nào. Đối với Ông, có hai yếu tố dẫn đến sự xuất hiện và tiếp tục của hành vi tôn giáo phức tạp. Để bảo vệ bản sắc tôn giáo của mình trước những xu hướng đa nguyên tôn giáo và đa nguyên văn hóa. Nỗ lực duy trì một bản sắc tôn giáo không gián đoạn với xu hướng nhà nước thế tục bắt đầu từ thế kỷ XX.

Bất kỳ tôn giáo nào ở một quốc gia đa tôn giáo hoặc đa văn hóa đều phải đối mặt với những thách thức đối với sự tồn tại của nó. Để bảo tồn bản sắc tôn giáo của một người, người ta phải có sự tồn tại vật chất và quyền lực trong thế giới vật chất, bên cạnh quan điểm và tư tưởng tôn giáo. Bản sắc tôn giáo và sức mạnh của nó gắn liền với tính vật chất ở một mức độ nào đó. Rõ ràng là việc đặt tượng Phật ở nhiều nơi khác nhau có liên quan đến nhu cầu tâm lý bảo vệ bản sắc tôn giáo của một người. Nhu cầu tâm lý được thiết lập trong thế giới vật chất.

Các tôn giáo ở châu Âu đã thành công trong việc tìm ra những cơ chế mạnh mẽ cho sự tồn tại của mình. Tôn giáo đã duy trì thành công sự tham gia tích cực của các tín đồ vào các hoạt động tôn giáo.[11] Tuy nhiên, vào thời kỳ đầu, khi mối liên

11. "Mặc dù có bằng chứng thống kê về làn sóng thế tục hóa ở hầu hết các nước châu Âu kể từ khi kết thúc Thế chiến thứ hai – đi đôi với hiện đại hóa xã hội, nhưng ở Hoa Kỳ tất cả dữ liệu đều cho thấy tỷ lệ dân số tương đối lớn là người gốc Phi. những công dân sùng đạo và hoạt động tôn giáo vẫn như cũ trong sáu thập kỷ qua." P. Norris & R. Inglehart: Thiêng liêng và thế tục, Tôn giáo và Chính trị trên toàn thế giới, (Cambridge, Cambridge UP, 2004), Ch.4). Điều này đã được trích dẫn trong "Tôn giáo trong phạm vi công cộng" của Jürgen Haberma, trang 2.
"Though there is statistical evidence of a wave of secularization in almost all European countries since the end of World War II – going hand in hand with social modernization, in the United States all data show that the comparatively large proportion of the population made up of devout and religiously active citizens has remained the same over the last six decades." P. Norris & R. Inglehart: *Sacred and Secular, Religion and Politics Worldwide*, (Cambridge,

hệ chính thức giữa tôn giáo và nhà nước bị bãi bỏ, những nơi thờ cúng tôn giáo chỉ còn là tín ngưỡng cá nhân.

Các nhà nước thế tục và quốc gia dân tộc mới với sự phát triển mới đã dọn đường cho những người theo mọi tín ngưỡng tôn trọng và dung túng sự tồn tại của các tôn giáo. Tôn trọng và chấp nhận sự tồn tại của các tôn giáo khác đã trở thành nghĩa vụ pháp lý của một công dân hơn là sự lựa chọn của cá nhân. Bối cảnh thế tục mới này đã có tác động to lớn đến các tôn giáo thống trị một quốc gia, là đức tin duy nhất. Tuy nhiên, có sự khác biệt giữa việc tôn trọng tôn giáo khác do nghĩa vụ pháp lý và việc tôn trọng tôn giáo khác do sự hiểu biết của cá nhân. Đối với Habermas, sự chuyển đổi nhận thức luận của cá nhân là cần thiết để khơi dậy tư tưởng không mâu thuẫn về sự tôn trọng các tôn giáo khác.[12] Một nhân cách có sự chuyển hóa trí tuệ như vậy có thể thoải mái chấp nhận sự tồn tại của các tôn giáo khác nhau ở một quốc gia nhất định. Xung đột nội bộ tiềm ẩn có thể xảy ra trong bối cảnh mà một người bị ràng buộc về mặt pháp lý phải tôn trọng người khác nhưng lại chưa sẵn sàng thực hiện điều đó trong nội bộ. Lý thuyết này có thể được sử dụng để hiểu sự cạnh tranh tôn giáo trong việc lắp đặt các biểu tượng tôn giáo ở nơi công cộng.

Người ta có thể lập luận rằng diễn ngôn trên không thể áp dụng để hiểu xu hướng tượng Phật ở Sri Lanka vì hòn đảo này vẫn chưa mang tính thế tục theo nghĩa đầy đủ nhất của nó. Đúng là hiến pháp Sri Lanka thừa nhận trách nhiệm pháp lý của mình trong việc bảo vệ và phát huy Phật giáo, tôn giáo thống trị và có lịch sử lâu đời của đất nước. Tuy nhiên, hiến pháp đã thừa nhận rõ ràng quyền tồn tại của các tôn giáo khác

---

Cambridge UP, 2004), Ch.4). This was quoted in Jürgen Habermas "Religion in the Public Sphere" p.2.

12. Jurgen Habermas, *Religion in the Public Sphere*, accessed September 8,2023, http://www.sandiego.edu/pdf/pdf_library/habermaslecture031105_c939cceb2ab087bdfc6df291ec0fc3fa.pdf.

trên đảo. Một thực tế nổi tiếng là tất cả các tôn giáo đều được đối xử bình đẳng trong mọi hoạt động hoạch định chính sách và phân phối công lý của chính phủ. Phật tử Sri Lanka cũng phải đối mặt với thách thức của chính quyền thế tục và những vấn đề mới do xu hướng này của nhà nước thế tục gây ra. Ý thức Phật giáo Sri Lanka vẫn tin rằng nguồn gốc lịch sử của quốc gia gắn liền sâu sắc với Phật giáo và nhấn mạnh sự cần thiết phải dành ưu tiên cao nhất cho Phật giáo. Những thách thức tôn giáo gần đây có hiệu lực ở địa phương và quốc tế đã làm lung lay tư tưởng của Phật tử về sự tồn tại hòa bình. Cảm giác bất an đã khiến tất cả phải suy ngẫm về sự tồn tại của mình. Tất cả những xu hướng tôn giáo mới này tạo ra những cảm xúc khó chịu trước sự chung sống của các tôn giáo khác, và dường như nó đã gây ra một xu hướng mới về tượng Phật ở những nơi công cộng.

7. Diễn Ngôn Xã Hội Về Xu Hướng Mới Này

Những phản ứng trái chiều về xu hướng mới này được thể hiện bởi các nhóm khác nhau trong xã hội. Phật tử Sri Lanka cũng vậy, hãy xem xét nó với những quan điểm khác nhau. Phản ứng của Phật tử về điều mới này xu hướng được tạo ra dựa trên những mối quan tâm như vị trí của hình ảnh, nhân vật xã hội của những người đóng góp và hành vi xã hội của họ, chất lượng và hình dạng của hình ảnh, cách thức và phương tiện thể hiện sự tôn trọng đối với hình ảnh cũng như sự hiểu biết của họ về các nền văn hóa toàn cầu. Một số phản ứng dường như thể hiện sự khác biệt, tùy thuộc vào mối quan hệ của chúng với hình ảnh. Những quan điểm khác biệt đáng kể được thấy khi phản ứng của những người đóng góp cho dự án, những người dân sống gần đó và những người sống ở xa được phân tích cẩn thận. Một số đánh giá cao dự án trong khi những người khác kịch liệt chỉ trích nó. Tuy nhiên, lượng khán giả trung lập cao hơn nhiều so với những người ủng hộ hay tố cáo dự án nói chung.

Ý kiến của những người không phải là Phật tử đưa ra những cách diễn đạt sống động và đa dạng, tương tự như những phản ứng đã đề cập trước đó. Một số lượng lớn những người không theo đạo Phật phản đối việc thực hành này ở một số khu vực địa lý nhất định, và không khó để hiểu được lý do đằng sau sự bất an này. Tuy nhiên, chúng tôi thấy rằng nhiều Phật tử và không phải Phật tử đã hợp lực để lắp đặt và bảo vệ tượng Phật công cộng ở một số khu vực thành phố.

Không khó để hiểu tại sao xung đột lại nảy sinh về tượng Phật công cộng ở khu vực phía Bắc và phía Đông đất nước. Điều này phần lớn là do sự xung đột ý thức hệ mạnh mẽ giữa miền Bắc và miền Nam đất nước, cả trước và sau khi chủ nghĩa khủng bố LTTE đánh bại. Lời cáo buộc phổ biến chống lại tất cả các bức tượng Phật ở phía Bắc và phía Đông đất nước là bức tượng này được sử dụng để thống trị người Tamil ở những khu vực đó. Đối với họ, nó là biểu tượng của sự "Sinhalization" của khu vực Tami.[13] Họ nghi ngờ bất kỳ tượng đài Phật giáo nào được xây dựng ở những khu vực đó. Một số người theo trào lưu chính thống Tamil dường như tin rằng tất cả các loại hoạt động tôn giáo Phật giáo diễn ra ở phía Bắc và phía Đông như một phần của dự án lớn mà họ gọi là Sinhalization.[14] Tuy nhiên, không phải tất cả cư dân Tamil đều có chung quan điểm. Phản ứng của người Hồi giáo tại các khu vực do người Hồi giáo thống trị có nhiều hình dạng khác nhau và họ cũng đưa ra những quan điểm khác nhau.[15] Tuy nhiên, việc đặt một số hình ảnh ở những khu vực cụ thể đã gây ra xung đột sắc tộc giữa những người theo các tín ngưỡng khác nhau.[16]

---

13. V. Thangavelu, "Buddha's Statues: Symbol of Sinhalese Hegemony," accessed July 9, 2023, http://tamilnation.co/index.htm
14. Như trên.
15. "Sri Lanka After the Civil War: Interview with Dr. Muttukrishna Sivananthan Sergei DeSilva Ranasinghe at http://transcurrents.com/tc/2010/11/sri_lanka_after_the_civil_war.html, accessed July 9, 2023.
16 Wanaratana Thera, K., *Lakdiwa Budu Pilimaya* (Sinhala), 1985.

Ý kiến của du khách nước ngoài cũng được quan sát và nhiều người trong số họ dường như đánh giá cao đây như một dấu hiệu cụ thể của lòng sùng mộ Phật giáo. Tuy nhiên, cũng có nhiều phản ứng trái chiều đối với cách làm này. Nhiều nhà nhân chủng học xã hội dường như coi hiện tượng này là một thực tế gần đây và điều gì đó dẫn đến sự khác biệt giữa các tôn giáo.

8. Phân Tích Của Phật Giáo về Hiện Tượng Mới Này

Việc xây dựng tượng Phật và tôn kính tượng Phật thuộc về các nghi lễ Phật giáo hơn là việc thực hành tâm linh trực tiếp trên giáo lý. Tuy nhiên, sẽ không đúng nếu hạ thấp ý định thiện có thể có đằng sau những hành động này. Để hiểu chính xác quan điểm của giáo lý Phật giáo về việc thực hành này, người ta cần điều tra mối quan hệ của việc thực hành này với sự tiến bộ tâm linh của một người hoặc con đường Phật giáo được công nhận. Người ta có thể khám phá sự thiện hay bất thiện bên trong của tất cả các hoạt động được tổ chức xung quanh việc thực hành này theo đúng Pháp và Luật. Nó cho phép người ta hiểu được các giá trị Phật giáo về ý định và kết quả của tất cả các hoạt động liên quan.

Một số học giả Phật giáo gần đây đã chỉ ra rằng những loại hoạt động này không mâu thuẫn với những giáo lý cơ bản của Phật giáo và chúng hỗ trợ cho sự tiến bộ tâm linh của một người như thế nào.[17] Tuy nhiên, quan điểm học thuyết có thể có về hiện tượng xây dựng tượng Phật gần đây ở những nơi công cộng – vượt xa việc sử dụng truyền thống, cần được xem xét chi tiết. Các cách tiếp cận khác nhau có thể được sử dụng để đạt được mục tiêu này. Thay vì chỉ xem xét sự hiện diện đơn thuần của tượng Phật ở những nơi công cộng, người ta cần khám phá lý do nền tảng cho sự xuất hiện của chúng. Điều này bao gồm ý thức nhóm, cách những người đóng góp tham gia, tâm lý nói và không nói của những người tham gia,

17 Wanaratana Thera, K., *Lakdiwa Budu Pilimaya* (Sinhala), 1985.

sự thay đổi hành vi của người dân trong khu vực, cả trước và sau khi hình ảnh được thiết lập, tác động xã hội ngắn hạn và dài hạn được thực hiện của dự án này, thái độ của những người không theo đạo Phật về nó, mối quan hệ của nó trong việc xây dựng sự hòa hợp giữa các tôn giáo trong khu vực và các mục tiêu mà những người đóng góp đạt được.

Những điểm được nhấn mạnh ở trên mô tả một số khía cạnh cụ thể mà người ta nên quan tâm trước khi đi đến những kết luận thu hẹp và mang tính phán xét về sự xuất hiện và duy trì bất kỳ xu hướng tôn giáo mới nào trong bất kỳ bối cảnh tôn giáo nào. Ngoài những quan điểm này, người ta có thể nghiên cứu sâu hơn về vai trò của những hoạt động như vậy trong đời sống đạo đức của một người, tác động có thể có của nó đối với sự tiếp nối của văn hóa Phật giáo và cảm giác thân thuộc được hình thành bởi hình ảnh Phật giáo trước công chúng. Cuộc điều tra như vậy sẽ cho thấy sự khó khăn trong việc tìm ra quan điểm chính xác của Phật giáo về những xu hướng mới như vậy. Cái nhìn sâu sắc của một người rất hữu ích trong việc hiểu hành vi công cộng này. Tuy nhiên, việc đưa ra những kết luận chung dễ dàng về tất cả các tượng Phật mà công chúng chỉ bằng quan sát ở mức độ bề ngoài không thể tiết lộ được bức tranh thực tế về các khía cạnh của xu hướng mới này.

Kết Luận

Bài viết này xem xét một hiện tượng Phật giáo đương đại ở Sri Lanka. Trọng tâm của nó là kiểm tra lý do tại sao tượng Phật, vốn được đặt trong khuôn viên tu viện thiêng liêng bị hạn chế nghiêm ngặt, lại được đưa ra khỏi bối cảnh đó và được đặt ở những địa điểm công cộng trần tục sau giữa thế kỷ XX ở Sri Lanka. Một phương pháp nghiên cứu kết hợp đã được sử dụng để nghiên cứu các cá nhân, văn hóa, tôn giáo, kinh tế và nhiều nguyên nhân, yếu tố khác đằng sau hiện tượng này đã được điều tra. Cơ chế dựng tượng Phật ở nơi công cộng đã được khám phá, tập trung sự chú ý vào ý định của những người đóng góp, tính chất tập thể của dự án và các khía cạnh khác. Thay vì đưa ra kết luận vội vàng về xu hướng mới này, bài viết này nhắc nhở chúng ta về sự cần thiết phải tiến hành nghiên cứu cẩn thận về chủ đề này. Những người thực sự quan tâm đến việc tiết lộ và tìm hiểu bức tranh thực tế về xu hướng này phải xem xét lịch sử, văn hóa, chính trị, động cơ, ý thức tập thể, các xu hướng tôn giáo toàn cầu mới, mong muốn thúc đẩy và tiếp tục chức năng bản sắc tôn giáo của một người trong xu hướng này về hiện tượng mới này như thế nào.

Sách Tham Khảo

- Basnayaka, A.T. *Indiyawe Bauddha Kala Shilpa* (in Sinhala), Colombo: S. Godage and Brothers, 2002.
- Chattopadyaya, D. and Chimpa, Lama. *Taranatha's History of Buddhism in India*. New Delhi: Motilal Banarsidass Publishing House, 2010.
- Coomaraswami, Ananda. *Buddhist Art*. Whitefish: Kessinger Publishing, 2005.
- Obesekara, Gananath, "Religious Symbolism and Political Change in Ceylon," *Modern Ceylon Studies* 1 (January 1970): 43-63. 2018.
- Piyadassit, Thera and Gunasekara, H.C. eds. *Kosalabimba Varnanā,* 2002. Warakapola: Sooriya Publishers, 2002.
- Wanaratana Thera, K. *Lakdiwa Budu Pilimaya* (Sinhala), Maradana: Godage International Publishers, 1985.

Trang Điện Tử

- Chalmers, Robert, Translator. The Jataka Tales, Vol. 1–6. UK: Cambridge University Press, 1895. Available in the Wisdom Library, accessed June 9, 2023, https://www.wisdomlib.org/buddhism/book/jataka-tales-english/d/doc80653.html
- Habermas, Jürgen. 'Religion in the Public Sphere," University of San Diego, Accessed August 9, 2023, http://www.sandiego.edu/pdf/pdf_library/habermaslecture031105_c939cceb2ab087bd fc6df291ec0fc3fa.pdf
- Pemarathana, Soorakkulame (2017). "Bringing the Buddha Closer: The Role of Venerating the Buddha in the Modernization of Buddhism in Sri Lanka." Doctoral Dissertation, Unpublished. 2017, accessed June 9, 2023, https://d- scholarship.pitt.edu/31565/1/Pemarathana%20Dissertation%20April%202017%20%2024%20Final_1.pdf
- Perera, Janaka. "Mass protest to protect Buddha statue," *Asian Tribune*, accessed July 9, 2023. http://www.asiantribune.com
- Ranasinghe, S. de Silva. "Sri Lanka After the Civil War: Interview with Dr. Muttukrishna Sarvananthan," accessed July 9, 2023. http://transcurrents.com/tc/2010/11/sri_lanka_after_the_civil_war.html
- Thangavelu, V., "Buddha's Statues: Symbol of Sinhalese Hegemony," accessed July 9, 2023, http://tamilnation.co/index.htm
- *Lankapolity Blogspot*, accessed September 9, 2023, http://lankapolity.blogspot.com/2010/06/sri-lanka-government-takes-control-of.html

2.7.

SỰ ĐÓNG GÓP CỦA CÁC HỌC GIẢ SRI LANKA TRONG VIỆC PHÁT TRIỂN PHẬT GIÁO VÀ NGÔN NGỮ PALI TRONG THẾ KỶ 19 & 20

Sư cô Giảng viên O.U. dhammadheera

Khoa Pali và Phật học, **Đại học Ruhuna**

Email: o.u.dhammadheera@gmail.com

Cellphone: 0719388134

Giới thiệu

Thế kỷ 19 và 20 chứng kiến sự trỗi dậy quan tâm đến Phật giáo và ngôn ngữ Pali ở Sri Lanka. Trong thời kỳ này, các học giả Sri Lanka đã có những đóng góp đáng kể cho việc quảng bá và bảo tồn Phật giáo, cũng như việc nghiên cứu và truyền bá ngôn ngữ Pali. Tiểu luận phê bình này nhằm mục đích khám phá những đóng góp của các học giả Sri Lanka trong thế kỷ 19 đến thế kỷ 20 và phân tích tác động của họ đối với việc hồi sinh và phổ biến tiếng Pali và Phật giáo.

Bối cảnh lịch sử

Để hiểu được những đóng góp của các học giả Sri Lanka trong thời kỳ này, điều quan trọng là phải xem xét bối cảnh lịch sử. Thế kỷ 19 đánh dấu thời kỳ thuộc địa ở Sri Lanka, hòn đảo này nằm dưới sự kiểm soát của Anh. Thời đại này mang đến những thách thức cho các tổ chức và thực hành Phật giáo truyền thống, dẫn đến sự nhấn mạnh mới vào việc bảo tồn và phát huy Phật giáo.

Vua Kirti Sri Rajasinha, người trị vì là một trong những triều đại có kết quả tốt nhất cho sự nghiệp Phật giáo, đã được kế vị bởi anh trai ông, Rajadhi Rajasinha. Cháu trai của ông, Sri Vikrama Rajasinha, là vị vua tiếp theo và cuối cùng của Sri Lanka. Dưới thời trị vì của Rajadhi Rajasinha năm 1796, Ngài Frederick North được cử làm thống đốc đầu tiên của Anh sau khi người Hà Lan bị đánh bại trong trận chiến và phải giao lãnh thổ của họ cho thuộc địa của Anh. Người Anh chiếm đóng vùng đất thấp Lanka vào năm 1796 và vùng lãnh thổ Kandyan vào năm 1815. Những vùng lãnh thổ này vẫn nằm trong tay họ cho đến năm 1948, khi Sri Lanka giành lại độc lập.

Giáo dục truyền giáo được bắt đầu bằng việc thành lập các trường học ở Sri Lanka vào năm 1886. Ngoài ra, việc Cơ đốc giáo hóa còn được lan rộng bằng cách phân phát sách và tờ rơi chỉ trích đạo Phật và ca ngợi đạo Cơ đốc. Chính các nhà truyền giáo đã nghiên cứu Phật giáo, văn học Phật giáo và ngôn ngữ Sinhalese để tấn công tôn giáo Phật giáo và ca ngợi những đức tính của Cơ đốc giáo ở Sinhala.

Học giả tiên phong

Nhiều học giả Sri Lanka nổi lên như những nhân vật chủ chốt trong việc quảng bá Phật giáo và ngôn ngữ Pali. Anagarika Dharmapala, một nhà phục hưng Phật giáo nổi tiếng, đã đóng một vai trò quan trọng trong việc ủng hộ chủ nghĩa dân tộc Phật giáo và bảo tồn giáo lý Phật giáo. Ông sinh năm 1864, là con trai của Don Carolis Hewawitharana và Mallika Hewawitharana. Sau khi học ở các trường truyền giáo, Ông bắt đầu sự nghiệp của mình với tư cách là thư ký chính phủ. Năm mười chín tuổi, Ông trở thành thành viên của Hiệp hội Thần học và sau đó Ông từ chức công việc chính phủ và trở thành thông dịch viên cho xã hội. Sau này, Ông giữ các chức vụ tổng thư ký phân bộ Phật giáo của Hội Thông Thiên Học, quản lý báo chí Phật giáo và báo Sarasawi Sadaresa, quản lý trường học Phật giáo và trợ lý thư ký ủy ban an ninh Phật giáo. Ông là sứ giả đầu tiên từ Sri Lanka được gửi đến Nhật Bản để quảng bá Phật giáo. Tại Đại hội Phật giáo được tổ chức ở đó, Hộ Pháp đã trưng bày lá cờ Phật giáo lần đầu tiên ở một quốc gia phía Đông.

Những nỗ lực của Ông bao gồm việc thành lập các trường học Phật giáo, quảng bá văn học Phật giáo và thành lập các tổ chức như Hội Đại Bồ Đề. Kết quả là Phật giáo đã được truyền bá trên toàn cầu và xảy ra nhiều sự kiện quan trọng trong đó có việc khôi phục quyền kiểm soát của Phật giáo đối với Bồ Đề Đạo Tràng, Ấn Độ.

Vào giai đoạn cuối đời, Ông xuất gia với tên hiệu là Hòa thượng Siri Devamittha Dharmapala. Ngài qua đời vào ngày 29 tháng 4 năm 1933 tại Ấn Độ

Hòa thượng Hikkaduwe Sri Sumangala Thero

Hòa thượng Hikkaduwe Sri Sumangala sinh ra là con thứ

năm của Don Johanis Silva Abeyweera Gunawardhana vào năm 1826. Ông trở thành Tu sĩ dưới sự hướng dẫn của Hòa thượng Melegoda Gunaratana Mahathera vào năm 1840, lúc mười bốn tuổi tại Vijayaba Pirivena, Totagamuwa. Sau khi học xong pirivena, Hòa thượng Sumangala thọ giới thọ giới cao hơn bằng cách biên soạn hai cuốn sách.

Sumangala Thero từng là giáo viên ở Paramadhammacetiya Pirivena ở Ratmalana và Paramananda Viharaya ở Kotahena. Một lần nữa, Ngài thành lập một trường học ở Sudarshana Paramananda Viharaya ở Galle và Vidyodaya Pirivena ở Colombo, Piriwena nổi bật ở Sri Lanka.

Hòa thượng Sumangala Thera đóng một vai trò then chốt trong việc quảng bá Phật giáo, ngôn ngữ và văn học Pali. Ngài thành lập các tổ chức học thuật mới, nhận được sự hỗ trợ tài chính từ các quốc gia nước ngoài như Thái Lan cho các ấn phẩm Phật giáo và chia sẻ kiến thức về Phật pháp với nhiều sinh viên trong và ngoài nước, đặc biệt là thông qua Vidyodaya Piriwena. Ngài đã phổ biến hàng ngàn cuốn sách và tạp chí tập trung vào những hậu quả bất lợi của các hoạt động chống Phật giáo xảy ra trong thời kỳ thuộc địa.

Hòa thượng đã dịch Balavatara Subodhika Tika và biên soạn một phần của Mahawansa, cùng với Pandith Batuwantudawe, và dịch nó sang tiếng Sinhala.

Hòa thượng Hikkaduwe Sumangala Thero viên tịch vào ngày 21 tháng 4 năm 1911.

Hòa thượng Waskaduwe Sri Subhuti

Hòa thượng Waskaduwe Subhuti là con trai của Karunamuni Panis de Silva và Punchihami Neelamani sống ở Waskaduwa, tỉnh miền Tây. Là một học sinh thông minh nên thời thơ ấu, cha mẹ Ngài đã gởi Ngài cho Sư phụ Saranapala

Seelakkhandha Thera, Trụ trì Tu viện Sumanarama Maha Viharaya, Kalamulla. Ngài được xuất gia và được đặt tên là Waskaduwe Subhuti. Sau khi hoàn thành việc tu học của mình, Subhuti Thera ở lại Deepaduttaramaya, Kotahena và giúp đỡ Hòa thượng Mohottiwatthe Gunananda Thera trong ba năm chuẩn bị cho các cuộc tranh luận. Ở tuổi hai mươi hai, Subhuthi Thera nhận Giới cao Upasampada và bắt đầu dịch vụ văn học bằng cách xuất bản Abhidhanappadeepika với các bản dịch tiếng Anh và tiếng Sinhala. Tác phẩm vĩ đại nhất của Ngài là Namamala, một cuốn sách ngữ pháp được biên soạn vào năm 1876, rất được các học giả trong nước và quốc tế tán thưởng. Ngài cũng biên soạn Sách Siyam Paritta vì lợi ích của Phật tử Thái Lan. Hoàng tử Siyam cũng trở thành một nhà sư và nhận được chức sắc cao hơn trong khi khám phá chuyên môn của Subhuthi Thera. Ngài nổi tiếng là một nhà truyền giáo, học giả tiếng Pali, nhà văn vĩ đại, người biên soạn sách, dịch giả, triết gia và một nhà tư tưởng vĩ đại. Ngài qua đời vào ngày 15 tháng 4 năm 1917 tại Waskaduwa, thọ 82 tuổi.

Hòa thượng Ratmalane Dharmaloka Thero

Hòa thượng sinh ngày 28 tháng 5 năm 1828 tại Ratmalana. Raigama Vidanalage Don Cornelis Appuhami và Ambepitiyage Dona Adriyana là cha mẹ của Ngài. Vì là một cậu bé thông minh, nên Ngài đã được xuất gia dưới sự hướng dẫn của Hòa thượng Sobhita và Sonuttara Mahatheras vào năm 1837 và được đặt tên là Rathmalane Dharmarama. Sau khi xuất gia, Ngài được gửi đến Kotte Rajamaha Vihara, ngôi trường Phật giáo duy nhất ở Colombo vào thời điểm đó, để tu học. Sau đó, Ngài học ở nhiều trường khác nhau và hoàn thành tốt chương trình học của mình. Sau khi thọ giới cụ túc Tỳ-kheo, Ngài thành lập một học viện giáo dục trong ngôi chùa của mình ở Ratmalana, có thể tập hợp một nhóm những cá nhân hiểu biết, bao gồm cả Symon de Silva Senewirathne. Trong số những đệ tử thành tựu của Ngài, Hòa thượng Ratmalane Dharmarama nổi bật là học trò vĩ đại nhất của Ngài. Hòa thượng Rathmalane Dharmaloka Thera là người sáng lập trường Vidyalankara Pirivena, một trong những pirivena có giá trị nhất ở Sri Lanka. Ngài không chỉ đóng vai trò quan trọng trong việc biên soạn nhiều cuốn sách mà còn là người có sáng kiến thành lập tạp chí Satyasamucaya, một ấn phẩm Phật giáo nổi bật trong thời kỳ thuộc địa. Hòa thượng đã đích thân biên soạn các tác phẩm như "Rajacarita" bằng tiếng Phạn, "Vinaya Katikawata" và "Satyavilasini", thậm chí còn in lại "Dharmapradeepika". Hòa thượng Ratmalane Dharmaloka Thera viên tịch vào ngày 15 tháng 8 năm 1887.

Hòa thượng Ratmalane Dharmarama Thero

Hòa thượng Ratmalane Dharmarama Thero từng là Hiệu trưởng của trường Vidyalankara Pirivena và biến nó thành một học viện Phật giáo nổi tiếng toàn cầu. Ngài là con của Alexander Weerasinghe Appuhami và Dona Isabela de Alvis Siriwardhana Hamine. Nhờ năng khiếu học tập vượt trội, Ngài đã xuất gia vào năm 7 tuổi dưới sự hướng dẫn của hòa thượng Kahathuduwe Chandajoti Nayaka Thera. Sau đó, Ngài trải qua một buổi lễ thọ giới khác do Hòa thượng Ratmalane Dharmaloka Thera, lấy pháp danh là Ratmalane Dharmarama. Trí nhớ đặc biệt cho phép Ngài ghi nhớ năm mươi sáu mươi khổ thơ chỉ trong một ngày.

Ratmalane Dharmarama Thero rất được kính trọng đã luôn hỗ trợ thầy của mình, Dharmaloka Thero, trong việc hoàn thành các dự án học thuật và thành lập trường Vidyalankara Pirivena. Ngoài ra, Dharmarama Thera đã hoàn thành nhiều nỗ lực về văn học. Ngài đã viết lại Janakiharana Maha Kavya do Maha Kavi Kumaradasa biên soạn, dựa trên Purana Sinhala

Sannaya và xuất bản nó vào năm 1890, mặc dù văn bản gốc đã bị thất lạc.

Ngài sáng tác bằng tiếng Sinhala với các sớ luận như:

- Nửa đầu của Sớ luận Papanchasudani
- Luận Manorathapurani
- Atthasalini
- Majkdhima Nikaya
- Pháp tạng

Sách ngữ pháp tiếng Pali:

- Balavatara
- Maharupasidhi
- Tiếng Pali Namakhyata Padamala

Sách khác:

- Các văn bản Mahabodhivansa có chú giải
- Kavyasekharaya
- Sách Sinhala Sandesa

Ngài đã tổ chức nhiều cuộc tranh luận khác nhau như lập luận Buddhavarsha, Parupanavada, và Sugathviatvada, đồng thời giải quyết và trình bày những nhầm lẫn trong các hệ tư tưởng đó.

Sau khi hoàn thành các Phật sự này, Hòa thượng Ratmalane Dharmarama Thera viên tịch vào ngày 3 tháng 5 năm 1918.

Có nhiều học giả đáng chú ý khác bao gồm Walpola Rahula Thera, Piyadassi Maha Thera và Soma Thera, những người đã có những đóng góp đáng kể cho học thuật Phật giáo và phổ biến văn học Pali.

Sự hồi sinh của giáo dục Phật giáo

Trong thế kỷ 19 và 20, sự quan tâm trở lại đến giáo dục Phật giáo ở Sri Lanka đã trỗi dậy. Các học giả Sri Lanka đi đầu trong việc thành lập các trường học và cơ sở giáo dục Phật giáo tập trung vào việc giảng dạy các nguyên tắc, thực hành Phật giáo và ngôn ngữ Pali. Sự hồi sinh của giáo dục Phật giáo nhằm mục đích bảo tồn kiến thức Phật giáo và thấm nhuần các giá trị Phật giáo vào thế hệ trẻ.

Dịch thuật và xuất bản kinh điển Phật giáo

Các học giả Sri Lanka đóng vai trò then chốt trong việc dịch thuật và xuất bản kinh điển Phật giáo sang ngôn ngữ địa phương. Các Ngài làm việc không mệt mỏi để văn học Phật giáo có thể tiếp cận được với nhiều độc giả hơn, tạo điều kiện cho việc phổ biến giáo lý và giá trị Phật giáo. Nỗ lực này đã góp phần bảo tồn và truyền bá Phật giáo ở Sri Lanka và hơn thế nữa.

Ảnh hưởng đến việc nghiên cứu tiếng Pali

Các học giả Sri Lanka đã tác động đáng kể đến lĩnh vực nghiên cứu tiếng Pali. Họ tiến hành nghiên cứu sâu rộng, tạo ra các tác phẩm học thuật và dạy ngôn ngữ và văn học Pali. Những đóng góp của họ đã làm phong phú thêm sự hiểu biết về các văn bản tiếng Pali, tạo điều kiện cho việc khám phá sâu hơn về triết học, đạo đức và kinh điển Phật giáo. Những nỗ lực của họ đã giúp xây dựng Sri Lanka thành một trung tâm nghiên cứu tiếng Pali nổi bật.

Ý nghĩa đương đại

Những đóng góp của các học giả Sri Lanka trong thế kỷ

19 đến thế kỷ 20 tiếp tục có ý nghĩa đương thời. Sự hồi sinh và quảng bá của Phật giáo, cùng với việc bảo tồn ngôn ngữ Pali, đã củng cố bản sắc Phật giáo, thúc đẩy sự hiểu biết về tôn giáo, góp phần phát triển các tổ chức và thực hành Phật giáo ở Sri Lanka. Các tác phẩm học thuật của những cá nhân này đóng vai trò là nguồn tài liệu quan trọng cho các học giả và nhà thực hành đương đại.

Kết Luận

Những đóng góp của các học giả Sri Lanka trong thế kỷ 19 đến thế kỷ 20 đã đóng một vai trò then chốt trong việc quảng bá Phật giáo và ngôn ngữ Pali. Nhờ nỗ lực của họ, Phật giáo đã được hồi sinh, nền giáo dục Phật giáo được hồi sinh và ngôn ngữ Pali trở thành tâm điểm của nghiên cứu học thuật. Tác động của công việc của các Ngài được thể hiện rõ ràng qua sức sống liên tục của Phật giáo ở Sri Lanka ngày nay. Bằng cách bảo tồn và phổ biến giáo lý và kiến thức Phật giáo, những học giả này đã để lại một di sản lâu dài, làm phong phú thêm sự hiểu biết cho chúng ta về Phật giáo và ngôn ngữ Pali.

Sách Tham Khảo

- Dharmapala, Anagarika. *A Return to Righteousness: A Collection of Speeches, Essays, and Letters of the Anagarika Dharmapala.* Ceylon: Buddhist Publication Society, 1999.
- Gombrich, R.F. *Theravāda Buddhism: A Social History from Ancient Benares to Modern Colombo.* Oxfordshire: Routledge, 1988.
- Malalasekera, G.P. *Pali Literature of Ceylon.* New

Delhi: Asian Educational Services, 1973.

- Rahula, Walpola. *History of Buddhism in Ceylon: The Anuradhapura Period, 3rd Century BC - 10th Century AD*. Colombo: M.D. Gunasena & Company, 1974.
- Tambiah, S.J. *Sri Lanka: Ethnic Fratricide and the Dismantling of Democracy*. Chicago: University of Chicago Press, 1986.

2.8.

SỰ PHÁT TRIỂN NI ĐOÀN TỲ-KHEO-NI TRONG XÃ HỘI SRI LANKAN HIỆN ĐẠI

Ni trưởng Madulle Vijithananda
Viện trưởng Trung tâm Đào tạo và Thiền định Sakyadhita
Email: Vijithananda21@gmail.com

Tóm Tắt

Trong suốt lịch sử Phật giáo, có bốn hội chúng đệ tử của Đức Phật, cộng đồng Tỳ kheo Ni là một trong số đó. Thật không may, ở Sri Lanka, hội chúng Tỳ kheo Ni đã biến mất gần một nghìn năm. Vào thập niên cuối của thế kỷ XX, với lòng từ bi và sự hỗ trợ của các Trưởng lão **"Trưởng thượng"**, hội chúng Tỳ kheo Ni đã được phục hồi.

Giới thiệu

Hơn hai mươi sáu thế kỷ trước, có một vị Hoàng tử đã từ bỏ lối sống xa hoa, vợ con để đi tìm chân lý. Thái tử Tất Đạt Đa từ bỏ thế gian để đi tìm con đường hạnh phúc không chỉ cho riêng mình mà cho toàn thể nhân loại.

Khi Thái tử Tất Đạt Đa xuất gia đi tìm chân lý, Công chúa Yasodara, phối ngẫu của Ngài, tuy đang sống trong cung điện nhưng lại thực hành cuộc sống ẩn sĩ giống như phu quân của mình - mặc quần áo thô, ăn một bữa một ngày và ngủ trên mặt đất. Mặc dù nhà vua và hoàng hậu (cha mẹ của Thái tử Siddhartha) đã từ bi khuyên nhủ cô đừng tiếp tục, nhưng Công chúa Yasodara vẫn không ngừng thực hành cuộc sống khổ hạnh.

Đức Phật trở lại Kapilavatthu (quê hương của Ngài) bảy năm kể từ ngày Ngài là Thái tử Siddhattha rời cung điện. Trong chuyến viếng thăm của Phật, di mẫu của Ngài là Hoàng hậu Mahāpajāpatī Gotamī đã xin phép Ngài cho phép phụ nữ xuất gia. Đức Phật từ chối và chỉ đến lần thứ ba, Ngài mới cho phép phụ nữ trở thành Tỳ kheo Ni với điều kiện giữ gìn Bát kính pháp. Tình trạng xã hội lúc bấy giờ không thuận lợi cho phụ nữ thực hành đời sống xuất gia, và vì lý do đó, Đức Phật không chấp nhận lời khẩn cầu của Hoàng hậu Mahāpajāpatī Gotamī liền.

Thời Kỳ Đầu của Ni đoàn Bhikkhuni Sāsana

Mặc dù lời yêu cầu bị từ chối, Hoàng hậu Mahāpajāpatī Gotamī cùng năm trăm công chúa và nhiều cung nữ dòng Sakya đã đi chân trần theo Đức Phật đến Vesāli. Cuối cùng, Mahāpajāpatī Gotamī trở thành một Ni cô bằng cách chấp nhận tám quy tắc cụ thể cần được tôn trọng (Bát kính pháp, aṭṭha garu dhamma). "Sace, Ānada, Mahāpajāpatī Gotamī ime aṭṭha garudhamme paṭigganhāti, sā v'assā hontu upasampadā ti." và sau đó Di Mẫu và những công nương thuộc dòng họ Thích Sākyan hoàng gia đi cùng với Di Mẫu đều được Tăng đoàn Tỳ kheo truyền giới. Các Ngài được Đức Phật cho phép sống một cuộc sống không gia đình, thực hành đời sống phạm hạnh, và ghi nhận tiềm năng của nữ giới có thể đạt giác ngộ quả vị A-la-hán như chư Tăng và cuối cùng các chư ni đã đạt được.

Ni đoàn Tỳ kheo Ni Sāsana đến Sri Lanka

Do có Ni đoàn thời Đức Phật ở Ấn-Độ, nên Thánh ni Saṅghamitta Mahātheri, con gái của vua Ấn Độ Aśoka Maurya, du hành đến hải đảo Ceylon (Sri Lanka) vào thế kỷ thứ ba trước Công Nguyên để thành lập Ni đoàn cho giới phụ nữ trên đảo quốc láng giềng này. Cuộc hành trình của Thánh tổ là nhằm tạo điều kiện thuận lợi cho việc xuất gia của Anulādevi, nữ hoàng Sri Lanka, cùng với nhiều công chúa khác đã trở thành các Sư cô. Từ Sri Lanka, Ni đoàn Tỳ kheo Ni lan truyền sang Trung Quốc vào đầu thế kỷ thứ năm. Sau khi thành lập ở Trung Quốc, Ni đoàn đã được truyền bá những nơi khác ở Đông Á, bao gồm cả Hàn Quốc và sau đó là Đài Loan.

Thật không may, vào đầu thế kỷ 11, cả Tăng đoàn và Ni đoàn đều biến mất khỏi Sri Lanka do nạn đói, các yếu tố môi trường khắc nghiệt và sự lây lan của bệnh tật. Vào thế kỷ 19, có một người phụ nữ (1885–1937) sinh ra trong một gia đình Thiên Chúa giáo giàu có muốn thực hành đời sống thánh thiện theo Phật giáo nhưng không có ai hướng dẫn được. Trong hoàn cảnh đầy thử thách này, cô đã dũng cảm quyết định sang Myanmar để trở thành một nữ Tu sĩ theo truyền thống Myanmar, nghĩa là một nữ Tu sĩ chỉ được giữ mười giới (dasasīlamata). Sư cô pháp danh là Sudhammacari. Sau khi xuất gia, cô trở lại Sri Lanka (1903) và thành lập Ni viện

Lady Blake tại Katukele (Kandy). Kết quả là có nhiều phụ nữ đã trở thành Ni cô Phật giáo ở Sri Lanka và thực hành đời sống chốn thiền môn với tư cách là Sa-di-ni giữ Mười giới (Dasasīlamatas).

Sau đó có nhiều Ni cô đã thọ mười giới nhưng chưa hoàn toàn trở thành Tỳ kheo Ni. Vào cuối thế kỷ XX, các đệ tử của Đức Phật chỉ có ba hội chúng: giống như con voi cụt một chân, chỉ còn ba chân. Tăng đoàn vẫn tiếp tục tồn tại nhưng chưa hoàn thiện vì thiếu vắng hội chúng Tỳ kheo Ni.

Mặc dù các Tỳ kheo ở giai đoạn đầu phản đối việc thành lập một Ni đoàn Tỳ kheo Ni, một số trưởng lão và Tỳ kheo nhận ra rằng Sasana không đầy đủ nếu không có bốn chúng hội, đã đi đến quyết định khôi phục hội chúng Tỳ kheo Ni và do đó các giới đàn dành cho Tỳ kheo Ni Upasampadā đã diễn ra tại Bồ-đề-đạo-tràng (Bodhgaya, Bihar) và Sarnath (Varanasi) vào năm 1996 và 1998. Tiếp nối sự thành công của những sự kiện này, hiện nay ở Sri Lanka có rất nhiều Tỳ kheo Ni đã hoàn thành giới phẩm cụ túc Upasampadā và đang tu tập đời sống xuất gia.

Sự Phát Triển của Hội Chúng Tỳ kheo Ni và Sự Đóng Góp của Tỳ kheo Ni cho Xã Hội Hiện Đại ở Sri Lanka

Khi phát triển hội chúng Tỳ kheo Ni có nhiều điều kiện thuận lợi và khó khăn từ khi bắt đầu khôi phục Ni đoàn Tỳ kheo Ni ở Sri Lanka cho đến nay.

Bắt đầu với sự giúp đỡ của nhiều thầy Tỳ kheo, những người đầu tiên giúp thành lập hội chúng Tỳ kheo Ni sau một nghìn năm, họ cũng có nghĩa vụ hỗ trợ việc rèn luyện giới luật cho thế hệ Tỳ kheo Ni đầu tiên. Sau khi nhận được sự giáo dục từ Tăng đoàn, các Tỳ kheo Ni mới có thể hiểu và có nền tảng vững chắc để thực hiện đời sống xuất gia một cách độc lập theo pháp và luật của Thế Tôn.

Không có sự bảo trợ của nhà nước đối với các Tỳ kheo Ni hoặc sự công nhận của xã hội đối với các chùa và tu viện chính thống của Tỳ kheo. Các ngôi chùa của Tỳ kheo Ni cũng như thực phẩm, thuốc men và các nhu cầu khác được cung cấp bởi sự bố thí và quyên góp của cư sĩ, hầu hết từ làng địa phương hoặc thị trấn nơi họ sinh sống. Các Tỳ kheo Ni trong các tu viện này tồn tại nhờ sự hỗ trợ này và đời sống rất khó khăn.

Hội chúng Tỳ kheo Ni phải đối mặt với rất nhiều thử thách. Các Ni viện rất ít vì ni đoàn còn mới và chưa có sự bảo trợ của các chùa Tăng. Vì vậy, họ cần sự giúp đỡ từ nhiều thành phần trong xã hội. Hơn nữa, những phụ nữ trẻ ngày nay không có nhiều động lực để sống cảnh trong chùa, vì xã hội hiện đại mang đến cho họ nhiều thú vui trần tục như mạng xã hội, internet, và sự phát triển tâm linh không được khuyến khích lắm. Hầu hết là những người phụ nữ lớn tuổi gia nhập Tăng đoàn và do đó, có rất ít sự phát triển năng động và tràn đầy năng lượng trong Tăng đoàn. Vì thế số lượng Nữ tu rất ít.

Ngoài ra, nhiều vị thầy Tỳ kheo không công nhận và phản đối việc khôi phục hội chúng Tỳ kheo Ni vì họ cho rằng chỉ có Đức Phật mới có thể thiết lập một Tăng đoàn Tỳ kheo Ni và rằng không có Đức Phật thì không ai có thể thiết lập một dòng truyền thừa mới. Hơn nữa, chính phủ không chấp nhận Ni đoàn Tỳ kheo Ni và họ chỉ công nhận các Sa-di-ni "Dasasīlamatas" tuân giữ mười giới luật. Một trở ngại lớn khác là chính phủ không cấp thẻ căn cước chính thức cho các Tỳ kheo Ni và do đó các Ni cô trẻ không thể dự thi, du lịch, v.v... Do đó, dòng truyền thừa mới của các Tỳ kheo Ni Sri Lanka phải đối mặt với nhiều khó khăn và trở ngại, cả về sự chấp nhận lẫn sự bảo trợ.

Vượt qua những trở ngại, dòng truyền thừa mới dũng cảm

trường tồn và tiếp tục. Họ kiên trì học hỏi lời dạy của Đức Phật để hoàn thiện bản thân và đạt được giải thoát. Không chỉ mang lại lợi ích cho bản thân để vượt qua đau khổ mà còn giúp đỡ mọi người, cả trần tục lẫn tinh thần, bằng khả năng tốt nhất của mình. Trong nỗ lực đó, nhiều tu nữ đang thực hành đời sống tu viện để học hỏi về pháp và Luật, sau đó họ thọ giới đại giới cụ túc (Upasampadā) để trở thành Tỳ kheo Ni. Hàng năm, lễ thọ đại giới được diễn ra, không chỉ đối với các Ni cô người Sri Lanka, mà còn với các Tu sĩ nước ngoài đến từ Bangladesh, Indonesia, Thái Lan và Việt Nam.

Ngoài ra, các Tỳ kheo Ni còn đi các nước khác để thọ giới Tỳ-kheo-ni Upasampadā cho các Ni cô trở thành Tỳ kheo Ni theo truyền thống Nguyên thủy của Sri Lanka. Họ (những người thắp lửa cho những người phụ nữ mong muốn sống theo Pháp và Luật của Thế Tôn) đang nỗ lực duy trì sự phát triển của Ni đoàn Tỳ kheo Ni Sasana.

Theo lời dạy của Đức Phật, người nữ có thể tuân theo toàn bộ giới luật và thực hành đời sống phạm hạnh và đạt được đời sống viên mãn theo bốn quả chứng mà Đức Phật đã dạy: Sotāpanna (*nhập lưu*), Sakadāgāmi (*nhất lai*) Anāgāmi (*bất lai*) và Arahant.

Các Tỳ kheo Ni Nguyên thủy có mối quan hệ chặt chẽ với các Tỳ kheo Ni khác trên khắp thế giới với các Ni đoàn Tỳ kheo Ni Mỹ, Úc, Bangladesh, Châu Âu, Indonesia, Thái Lan và Việt Nam. Họ kết nối và trao đổi kinh nghiệm phát triển Ni đoàn Sasana Tỳ kheo Ni theo lời dạy của Đức Phật.

Các Tỳ kheo Ni không chỉ sống trong tu viện và thực hành pháp mà còn đóng góp rất nhiều cho xã hội. Họ tham gia vào nhiều lĩnh vực như giáo dục, tư vấn và từ thiện.

Giáo Dục

Kiến thức rất quan trọng, không có giáo dục chúng ta không thể trở thành người sáng suốt. Hiểu được điều này, hội chúng Tỳ kheo Ni luôn nâng cao phúc lợi của tất cả các thành viên và cung cấp sự hỗ trợ cho cả trẻ em và cư sĩ.

Huấn luyện dòng truyền thừa mới để duy trì và bảo vệ hội chúng Tỳ kheo Ni. Các Ni trưởng Tỳ kheo Ni dạy thực hành cho các Ni cô trẻ ở pirivana (trường học dành cho các Ni cô). Ví dụ, tại trung tâm đào tạo Tỳ kheo Ni Dekanduwala, các Ni cô trẻ hoặc các tiểu ni đang sống ở đó nhận được sự giáo dục từ các vị Ni sư giáo thọ với lòng từ bi và nỗ lực vị tha đặc trưng của các đệ tử của Đức Phật. Các vị giáo thọ truyền sứ giả của Đức Phật đến thế hệ mới để giúp họ thực hành đời sống xuất gia, và cuối cùng thọ giới cụ túc cao hơn (Upasampadā) để trở thành Tỳ kheo Ni.

• Ngoài ra, các Tỳ kheo Ni còn hợp tác với các giáo viên ở các trường đại học. Họ dạy học sinh bằng lòng nhân ái, tâm từ bi và bằng kiến thức sâu rộng của mình.

• Có rất nhiều trẻ em đến chùa Tỳ kheo Ni để học về đạo đức và tư duy tích cực. Họ được dạy năm giới và mười điều thiện, nền tảng của Phật giáo. Họ nhận được những bài học hữu ích bao gồm thực tế cuộc sống của họ, bao gồm nghĩa vụ của một thành viên trong gia đình, thể hiện lòng biết ơn đối với người lớn tuổi, chăm sóc người khác và nuôi dưỡng sự đồng cảm với mọi sinh vật. Ở các ngôi chùa có nhiều hoạt động bổ ích để trẻ em học tập phát triển về thể chất và tâm lý.

• Chủ nhật hằng tuần, khi cư sĩ đến chùa Tỳ kheo Ni để học pháp, họ nhận được những hướng dẫn về đạo đức, trách nhiệm với gia đình và xã hội cũng như kiến thức và kỹ năng sinh tồn. Các bài học của họ dựa trên Kinh Sigālovāda và lời dạy của Đức Phật dành cho các cư sĩ. Hơn nữa, họ học cách trải nghiệm việc thực hành bhavana để cải thiện chất lượng cuộc sống.

• Tư vấn: Hầu hết phụ nữ trong cuộc sống gia đình đều phải trải qua những khó khăn và vấn đề mà họ không thể tâm sự với các sư Tăng. Những vấn đề này hầu hết được thảo luận với các Tỳ kheo Ni, nhiều người trong số họ đã được đào tạo về tư vấn tâm lý. Khi mọi người gặp căng thẳng và gặp phải các vấn đề trong cuộc sống do công việc, bị ngược đãi về tinh thần và thể chất, họ đến gặp các Tỳ kheo Ni và nhận được lời khuyên cũng như hỗ trợ về mặt tinh thần.

Công Tác Xã Hội

Trong bối cảnh xã hội hiện nay, con người phải đối mặt với rất nhiều vấn đề trong cuộc sống. Có rất nhiều việc các Tỳ kheo làm với sự đồng cảm, thông cảm để giúp đỡ mọi người.

• Nhiều Tỳ kheo Ni đang làm việc vì sự tốt đẹp hơn của trẻ em. Họ cung cấp quần áo, sách vở và dụng cụ học tập cho học sinh trong trường. Họ muốn các em thấm nhuần rằng trẻ nhỏ được mọi người và xã hội quan tâm, cần chăm chỉ học tập để trở thành những công dân tốt trong tương lai. Giáo dục sẽ giúp thanh niên có được kiến thức, kỹ năng và giá trị nhân bản cần thiết để thành công trong cuộc sống. Khi một người có những phẩm chất phù hợp, người đó (hoặc cô ấy) có thể đạt được những kết quả tuyệt vời và làm được những điều vĩ đại. Đặc biệt trong thời gian Covid, học sinh được tặng những thứ để ngăn chặn sự lây truyền của Covid cũng như hỗ trợ về thực phẩm và giáo dục.

• Ở nhiều làng quê, có những gia đình không đủ ăn hàng ngày do phụ thuộc vào thổ nhưỡng, khí hậu, môi trường. Khi người nông dân canh tác đất đai, mùa màng không đạt sản lượng như mong đợi, họ phải sống trong cảnh đói nghèo.

Quan hệ liên tôn giáo

Mọi tôn giáo đều có giá trị đối với con người; họ mong muốn sự thống nhất và hòa hợp với nhau. Các Tỳ kheo Ni đóng vai trò quan trọng trong việc kết nối với những người đứng đầu các tôn giáo khác nhau như Kitô giáo, Hồi giáo và Ấn Độ giáo để tìm kiếm giải pháp tối ưu cho các vấn đề của xã hội trong các lĩnh vực giáo dục, tôn giáo và chất lượng cuộc sống.

Kết Luận

Việc khôi phục Ni đoàn Tỳ kheo Ni ở Sri Lanka là một bước phát triển đáng kể trong xã hội đương đại và lịch sử Phật giáo. Các Tỳ kheo Ni không chỉ tham gia vào việc thực hành cá nhân và theo đuổi con đường giải thoát của Đức Phật trong khuôn khổ đời sống tu viện đặt ra, mà họ còn đóng góp cho xã hội theo nhiều cách khác nhau. Họ tích cực tham gia vào giáo dục, tư vấn và công tác xã hội. Thông qua giáo dục, họ đào tạo và hướng dẫn các thế hệ Tỳ kheo Ni mới, truyền cho họ những lời dạy của Đức Phật. Họ cũng hợp tác với các giáo viên đại học để cung cấp hướng dẫn và kiến thức cho sinh viên. Các Tỳ kheo Ni đóng một vai trò quan trọng trong việc truyền đạt đạo đức và các kỹ năng sống có giá trị cho trẻ em đến thăm các chùa Tỳ kheo Ni. Ngoài ra, họ còn cung cấp các dịch vụ tư vấn, hỗ trợ các cá nhân giải quyết các vấn đề trong cuộc sống hằng ngày và thiết lập chúng theo các nguyên tắc cơ bản của đạo đức Phật giáo (*sīla*). Các Tỳ kheo Ni tham gia vào công tác xã hội, cung cấp viện trợ cho những người gặp khó khăn. Bằng cách đó, các Tỳ kheo Ni cũng hỗ trợ các cộng đồng nghèo khó bằng cách đảm bảo khả năng tiếp cận thực phẩm và các nhu yếu phẩm khác. Hơn nữa, các Tỳ kheo Ni tích cực thúc đẩy mối quan hệ với đại diện của các tôn giáo khác, tìm kiếm giải pháp tập thể cho các vấn đề xã hội liên quan đến giáo dục, tôn giáo và chất lượng cuộc sống.

Tóm tắt

Ni đoàn Tỳ kheo Ni Sāsana ở Sri Lanka tiếp tục phát triển và có những đóng góp đáng kể cho xã hội hiện đại, được hướng dẫn bởi lời dạy của Đức Phật, vì lợi ích và hạnh phúc của cá nhân và xã hội. Các Tỳ kheo Ni đã phải đối mặt với những thách thức và sự chống đối đáng kể, tuy nhiên điều này không ngăn cản họ cống hiến hết mình cho đời sống phạm hạnh và việc xây dựng lại Ni đoàn. Điều này sẽ mang lại lợi ích cho các thế hệ hiện tại và tương lai, do đó, bốn chúng hội của Đức Phật có thể được khôi phục nguyên vẹn, nâng cao tuổi thọ và sức sống của toàn bộ Phật Giáo, giờ đây đã nguyên vẹn trở lại, trong thời kỳ khó khăn này.

Sách Tham Khảo

- *Cullavagga*, Chapter 10.
- *Sigālovāda Sutta, Dīgha Nikāya 31.*
- Bhikkhu Anālayo, *Bhikkhuni Ordination,* New York 2018.
- Karma Lekshe Tsomo, *Mahāpajāpatī's Legacy: The Buddhist Women Movement,* New York: University of New York Press, 1999.

2.9.

SỰ SUY THOÁI CỦA PHẬT GIÁO SRI LANKA TRONG THỜI KỲ THỰC DÂN ANH

Bác sĩ Sachini Hansika Chandrapala
Trợ giảng Khoa Pali và Phật học, Đại học Ruhuna
sachinihansika119@gmail.com

Bản Tóm Tắt

Sri Lanka được cai trị bởi ba cường quốc thực dân và trong số đó đế quốc Anh là những người có ảnh hưởng lớn nhất đến hải đảo Ceylon (Sri Lanka) này. Sri Lanka đã trải qua thời thuộc địa của Anh trong hơn một thế kỷ. Nó đã gây ra những thay đổi trong văn hóa dân gian về mọi mặt. Nghiên cứu này xem xét ảnh hưởng của thuộc địa Anh đối với sự suy thoái tôn giáo và giáo hội của Phật giáo trong thời kỳ cai trị của nước Anh. Vấn đề của nghiên cứu này là xem xét nguyên nhân dẫn đến sự suy thoái tôn giáo trong thời kỳ thuộc địa của Anh và nó ảnh hưởng như thế nào đến sự hồi sinh tôn giáo.

Mục tiêu của nghiên cứu này là giải thích và phân tích lý do tại sao người Anh chinh phục Sri Lanka và chính sách của họ đã gây ra sự tàn phá Phật giáo như thế nào. Phương pháp phân tích dữ liệu nghiên cứu định tính được sử dụng cho nghiên cứu này bằng cách sử dụng các nguồn tài liệu. Có thể kết luận rằng ngay cả người Bồ Đào Nha và người Hà Lan cũng đã truyền bá đức tin Kitô giáo ở các vùng ven biển và phá hủy nền văn hóa Phật giáo. Sức mạnh của Anh ảnh hưởng đến cả nước bao gồm cả vùng cao. Trong thời gian này, những người cai trị Anh đã truyền bá đạo Cơ đốc bằng cách sử dụng các nhà truyền giáo ở Sri Lanka. Mặc dù họ đã đồng ý bảo vệ các Sư cô và Tu sĩ Phật giáo trong đại hội Kandyan năm 1815, nhưng họ đã chọn cách bỏ qua điều khoản đó. Các chính sách giáo dục và chính phủ do người Anh thực hiện là mối đe dọa đối với văn hóa Phật giáo. Phật tử Sinhala mất quyền lực và quyền lợi xã hội. Rõ ràng là các chính sách của Anh đã gây ra sự suy thoái của Phật giáo trong nước.

Giới thiệu

Người Anh đến Sri Lanka sau hai quốc gia phương Tây là Bồ Đào Nha và Hà Lan. Sự cai trị của họ ở đất nước này bắt đầu vào năm 1796 với việc chiếm được các khu vực ven biển của đất nước nằm dưới sự cai trị của Hà Lan. Năm 1815, người Anh cũng chiếm được Vương quốc Kandyan và biến toàn bộ đất nước này thành thuộc địa của Anh. Sau đó, người Anh cai trị Sri Lanka trong 133 năm cho đến năm 1948 và điều này có tác động to lớn đến lịch sử. Công ước Kandyan có thể được coi là một thời khắc đáng chú ý của lịch sử. Thỏa thuận được ký kết vào ngày 2 tháng 3 năm 1815 tại Magul Maduawa, Kandy. Công ước bao gồm 12 điều khoản chính và điều khoản 5 quy định rằng quyền Phật giáo và tôn giáo của công dân, Tu sĩ và chùa chiền sẽ được bảo vệ. Tuy nhiên, điều này đã không xảy ra và họ đã không tuân thủ cam kết của mình với Công ước và bắt đầu phá hủy văn hóa Phật giáo. Liên quan đến Phật giáo, các chính sách giáo dục và hành chính do người Anh thực hiện trong nước là nguyên nhân dẫn đến sự suy thoái của văn hóa Phật giáo và tôn giáo Phật giáo.

Phương pháp luận

Phương pháp phân tích dữ liệu nghiên cứu định tính được sử dụng cho nghiên cứu này. Việc thu thập dữ liệu định tính sử dụng các nguồn thứ cấp liên quan đến sự cai trị của Anh ở Sri Lanka và sự suy thoái của hệ thống Phật giáo. Nghiên cứu này được thực hiện bằng cách phân tích các dữ liệu liên quan bằng cách sử dụng phương pháp trên.

Kết quả và thảo luận

Vào thời điểm người Anh đến châu Á, vùng ven biển Sri Lanka nằm dưới sự cai trị của người Hà Lan và Vương quốc Kandy tồn tại như một quốc gia độc lập, riêng biệt. Đã nổ ra những tranh cãi giữa người Hà Lan và vua Kandyan vì những rắc rối và mối đe dọa mà Vương quốc Kandyan phải gánh chịu vì người Hà Lan. Vì vậy, những người cai trị Vương quốc Kandyan đã tìm kiếm sự hỗ trợ của người Anh để đánh đuổi người Hà Lan khỏi đất nước này.

Có một số cơ quan đại diện ngoại giao giữa Vương quốc Kandyan và người Anh trước khi đánh chiếm các khu vực ven biển trong nước, chẳng hạn như:

- John Pybus đến thăm vua Keerthi Sri Rajasinghe năm 1762
- Hugh Boyd đến thăm vua Rajadhirajasinghe năm 1782
- Robert Andrews đến thăm vua Rajadhirajasinghe năm

1795

Sau đây là các giai đoạn quan trọng trong quá trình cai trị của người Anh tại các khu vực ven biển của Sri Lanka từ năm 1796 cho đến khi chiếm được Vương quốc Kandyan vào năm 1815:

- Cai trị dưới Công ty Đông Ấn từ 1796 đến 1798
- Kiểm soát kép từ 1798–1802
- Cai trị dưới Vương quốc Anh từ năm 1802 trở đi

Người Anh đã xâm lược không chỉ khu vực ven biển mà còn cả Vương quốc Kandyan hai lần, vào năm 1803 và 1815, với mục tiêu chiếm lấy vương quốc. Đến năm 1803, đã có mối quan hệ lành mạnh giữa nhà vua và người dân và do đó cuộc xâm lược mà người Anh phát động vào năm đó đã thất bại hoàn toàn. Tuy nhiên, đến năm 1815, vua Kandyan đã đánh mất niềm tin của người dân và do đó người Anh có thể đạt được mục tiêu của mình.

Trong vùng của Vua Sri Wickrarma Rajasinghe đã xảy ra những cuộc tranh giành quyền lực nội bộ ở Vương quốc Kandyan.

- Cuộc đấu tranh giữa vua và quý tộc
- Khủng hoảng giữa nhà vua và Tu sĩ
- Khủng hoảng trong giai cấp quý tộc
- Khủng hoảng giữa nhà vua và dân thường
- Thống đốc Robert Bounrig đã lợi dụng sự nhầm lẫn này (dựa trên thông tin tình báo do John Doyle cung cấp và theo chỉ thị của Ehelepola).

Về mặt chiến thuật, họ đến vùng cao, tuyên bố bảo vệ người dân. Chiến thuật của người Anh đã dẫn đến chiến thắng. Nhà vua chạy trốn đến trung tâm Kandy cùng với hai hoàng hậu. Nhà vua bị người dân vùng cao bắt giữ và bị đày đến

Vellore, Ấn Độ vào năm 1816. Như vậy, người Anh là kẻ xâm lược thuộc địa duy nhất có thể duy trì quyền lực ở Sri Lanka.

Liên quan đến Phật giáo ở Sri Lanka, có một mối quan hệ chặt chẽ giữa người dân và các Tu sĩ trong các ngôi chùa. Các Tu sĩ là người hướng dẫn cho cư sĩ. Mọi sự kiện quan trọng trong đời sống của người dân đều được tiến hành dưới sự hướng dẫn của hòa thượng trụ trì của chùa. Mọi người bố thí cho các nhà sư có đức hạnh và đó là hệ thống đời sống dân gian đơn giản phát triển nhờ giáo lý Phật giáo. Văn hóa Phật giáo Sri Lanka thỉnh thoảng bị ảnh hưởng bởi các cuộc xâm lược, nhưng các cường quốc thực dân có ảnh hưởng rất lớn đến Phật giáo ở nước này. Trong thời kỳ cai trị của hai quốc gia phương Tây ở Sri Lanka, họ đã nắm bắt được sức mạnh của các vùng ven biển trong nước. Trong khi đó, họ thực hiện sứ mệnh truyền bá đạo Cơ đốc ở các vùng ven biển. Một số lượng đáng kể Phật tử ở các vùng ven biển đã theo đạo Phật ngay cả dưới những chiến lược được thực hiện bởi hai cường quốc thực dân nói trên trong nước. Tuy nhiên, họ không thể giành được quyền kiểm soát vùng cao và chính người Anh cuối cùng đã đảm bảo quyền quản lý toàn bộ quốc gia, bao gồm cả vùng cao.

Vào thời điểm người Anh cai trị đất nước, Cơ đốc giáo đã là mối đe dọa đối với Phật giáo ở các vùng ven biển và Cơ đốc giáo đã lan rộng khắp các khu vực, phá hủy nền văn hóa Phật giáo và hệ thống Phật giáo. Trong thời kỳ thuộc địa của Anh, các chính sách của Anh là nguyên nhân khiến Phật giáo ngày càng suy thoái, kể cả ở vùng cao.

Mặc dù người Bồ Đào Nha và Hà Lan đã truyền bá Cơ đốc giáo ở các vùng ven biển, nhưng người Anh đã truyền bá sức mạnh Cơ đốc giáo trên khắp đất nước. Mục đích chính của họ không phải là tiêu diệt Phật giáo; chính sách của họ nhằm mục đích làm suy thoái Phật giáo trong nước. Các chính sách giáo dục và quy định hành chính là mối đe dọa đối với văn hóa Phật giáo. Khi người Anh đến Sri Lanka, Kitô giáo đã chịu ảnh hưởng của văn hóa Phật giáo dân gian giản dị và đời sống tôn giáo của các Tu sĩ vùng ven biển. Nhưng họ không thể ảnh hưởng đến văn hóa Phật giáo của vùng cao. Liên quan đến Phật giáo, các nhà cai trị Anh hứa sẽ bảo vệ Phật giáo và các Tu sĩ Phật giáo. Việc ký kết Hiệp ước Kandyan là một sự kiện quan trọng khác trong thời gian này. Với sự giúp đỡ của tầng lớp quý tộc, người Anh đã chiến thắng và nắm quyền lực trong nước. Họ đã lập một hiệp ước với tầng lớp quý tộc để đảm bảo chiến thắng. Thỏa thuận được ký kết vào ngày 02 tháng 3 năm 1815 tại Magul Maduawa, Kandy. Nó được gọi là Công ước Kandyan. Công ước Kandyan có 12 điều khoản chính và điều khoản 5 quy định rằng Phật giáo và tôn giáo của người dân, Tu sĩ và chùa chiền sẽ được bảo vệ. Vì họ không tôn trọng các cam kết của mình theo Công ước và khi họ bắt đầu phá hủy văn hóa Phật giáo, các cuộc đấu tranh tự do chống lại sự áp bức này đã được tiến hành bởi những người yêu nước trong nước chống lại sự cai trị của Anh.

Cuộc đấu tranh vì tự do năm 1818 được tiến hành vì nhiều lý do. Trong số đó có việc người dân cảm thấy Phật giáo đang bị tiêu diệt. Những cải cách hành chính và luật pháp do người Anh thực hiện đã coi thường truyền thống và phong tục địa phương. Quyền lực, đặc quyền và nguồn thu nhập của tầng lớp quý tộc trở nên không an toàn vào thời điểm đó. Keppetipola Nilame, Madugalle Dissawa, Kivulegedara Mohottala, Adhikaram thứ hai của Pilimathalawwe, Butewe Rate Rala và Kohukumbure Rala là một số nhà lãnh đạo nổi bật của cuộc đấu tranh tự do. Các nhà sư như Ihagama Rathanapala, Dumbara Unnanse (Thera), Polwatte Unwansea, trưởng tu viện Koggala, và Kapuliyadde Unnanse đã cởi y phục và tham gia vào các cuộc đấu tranh để bảo vệ Phật giáo.

Những người Kandyans phải chịu sự thống trị của người Anh một lần nữa đứng lên chống lại sự cai trị của nước ngoài vào năm 1848 với ý định phong một vị vua trong số họ. Nó được gọi là cuộc đấu tranh tự do thứ hai. Tác động của các đồn điền theo hiến pháp đã bắt đầu dưới sự cải cách của Colebrook và chính sách bán đất đã được thực hiện để tạo ra các điền trang cần thiết cho các đồn điền. Xét theo Đạo luật Đất đai được ban hành năm 1840, một số lượng lớn đất đai không thể xác minh quyền sở hữu đã bị chính phủ thu hồi và do đó nhiều người bị mất đất đai và đất nông nghiệp truyền thống. Nền nông nghiệp truyền thống của đất nước này xuống cấp và lối sống nông thôn bị ảnh hưởng nghiêm trọng. Với sự suy yếu của các hội đồng làng thực hiện các chức năng như bảo trì hệ thống tưới tiêu nông thôn và giải quyết các tranh chấp nhỏ, lối sống ở nông thôn đã sụp đổ. Mối quan hệ giữa chính quyền và người dân ngày càng xa cách hơn và do đó những người cai trị không thể xác định được nhu cầu thực tế của người dân. Gongalegoda Banda (David xứ Peliyagoda), Puran Appu (Francisco) và Dingirala là một số nhà lãnh đạo của cuộc đấu tranh tự do năm 1848. Do ảnh hưởng của cuộc đấu tranh, Thánh tích Răng Thánh đã được người Anh giao lại cho người Anh. Các nhà sư đã phải chết để hỗ trợ người Sinhala. Một ví dụ là Kudahapola Thero, Ngài đã bị giết khi từ chối tiết lộ nơi ẩn náu của một trong những người lãnh đạo cuộc đấu tranh.

Các chính sách giáo dục và tôn giáo của Anh có ảnh hưởng mạnh mẽ đến văn hóa Phật giáo và giáo dục Phật giáo. Trong thời kỳ cai trị của người Anh, thành viên của một số tổ chức tình nguyện đã đến Sri Lanka với mục đích truyền bá đạo Cơ đốc. Các tổ chức truyền giáo đã áp dụng nhiều chiến lược khác nhau để truyền bá đạo Cơ đốc thông qua giáo dục. Mục đích của nó là giới thiệu lại nền giáo dục trường học phương Tây trong môi trường tôn giáo Cơ đốc với việc nối lại hệ thống Trường học Paris. Các tổ chức truyền giáo đã tranh thủ được sự giúp đỡ của Mục sư James Kodinar và các giáo sĩ của

Hiệp hội Truyền giáo Luân Đôn. Mục đích chính của việc tổ chức lại trường học là truyền bá đạo Cơ đốc.

Học viện Colombo được thành lập để cung cấp nền giáo dục tiếng Anh cho trẻ em thuộc tầng lớp thượng lưu địa phương. Mục đích của nó là chọn một số lượng hạn chế sinh viên bản địa để truyền bá cho các vai trò trong dịch vụ công. Frederick North đã phân bổ 5.000 bảng Anh để phát triển nền giáo dục này nhưng Bộ trưởng Thuộc địa đã giảm xuống còn 1.500 bảng Anh.

Thống đốc lúc bấy giờ Robert Brownrig đã cống hiến hết mình cho sự phát triển của giáo dục. Năm 1812, Hội Truyền giáo Baptist thành lập ba loại trường học:

- Trường dạy tiếng bản địa
- Trường học tiếng Anh
- Trường nữ sinh

Năm 1814, Hiệp hội Truyền giáo Giám lý Wesleyan bắt đầu:

- Trường học hằng ngày
- Trường chủng viện
- Trường Pháp chủ nhật
- Học viện Wesleyan bắt đầu ở Colombo.

Năm 1816, Nhà truyền giáo Ceylon người Mỹ bắt đầu dạy Cơ đốc giáo cho trẻ em Tamil ở phía Bắc. Những nhà truyền giáo học tiếng Sinhala và Tamil quản lý việc giáo dục ở các trường nông thôn bằng ngôn ngữ địa phương, trong khi những người khác quản lý việc giáo dục ở các trường thành thị bằng tiếng Anh. Nền giáo dục được cung cấp tại các trường truyền giáo nhằm mục đích truyền bá tôn giáo ở đất nước này và đưa văn hóa phương Tây vào xã hội Lanka. Năm 1829, Colebrook đề xuất rằng phương tiện giảng dạy trong trường học phải là tiếng Anh và các nhà truyền giáo nên được trao quyền để thành lập trường học và tiến hành các hoạt động giáo dục. Thiếu sự hỗ trợ của chính phủ cho sự phát triển của hệ thống giáo dục địa phương đã gây ra sự suy thoái của giáo dục địa phương. Ủy ban Trung học Cơ sở, do Mackenzie thành lập năm 1841, đã mở rộng hơn nữa việc truyền bá đạo Cơ đốc. Khuyến khích thanh niên đi du học là một sứ mệnh khác của giáo dục trong thời gian này. Năm 1811, Thống đốc Thomas Metland gửi con cái của các gia đình thượng lưu địa phương ra nước ngoài du học do chính phủ tài trợ. Sau đây là một số ví dụ về sinh viên ra nước ngoài để học cao hơn:

- Samuel William Dias
- Henri Dias
- Lubert Philips
- Ebrham Dias
- Henri De Seram
- Ebraham William Dias

Trong thời kỳ cai trị của Anh, kiến thức về tiếng Anh là điều kiện tiên quyết để có được việc làm trong chính phủ. Vì yêu cầu này, một số thanh niên thuộc các gia đình Sinhala và Tamil thuộc tầng lớp xã hội cao hơn và được người Anh giáo dục, đã từ bỏ tôn giáo, tên và họ truyền thống của mình, theo đạo Cơ đốc và tìm được những vị trí cao được trả lương cao trong chính phủ. Các nhóm riêng biệt được hình thành trong xã hội địa phương nhờ nền giáo dục tiếng Anh này. Các nhà truyền giáo chia nhau các vùng khác nhau của đất nước này và thực hiện các hoạt động cung cấp giáo dục.

Các tổ chức truyền giáo đã thực hiện các biện pháp để thành lập các nhà xuất bản ở Lanka và họ đã xuất bản các tài liệu như sách và tạp chí chứa các bài viết về tôn giáo của họ và phân phát chúng cho người dân khắp cả nước. Nhiều cuốn sách khác nhau về Kinh thánh và Cơ đốc giáo đã được dịch sang tiếng Sinhala và Tamil. Các nhà truyền giáo đã sử dụng những ấn phẩm này để khắc sâu vào tâm trí người Lankan những ý tưởng mà những người theo sau Phật giáo là những kẻ ngoại đạo tôn thờ hình tượng và các nghi lễ và thực hành tôn giáo của họ là những hành động vô ích. Năm 1839, Spence Hard xuất bản một bài báo về chính phủ Anh và việc thờ tượng ở Sri Lanka. Sau đây là tựa đề của một số ấn phẩm do các nhà truyền giáo in ra để truyền bá tôn giáo của họ:

- Masika Thegga
- Uragala
- Lanka Nidhanaya

Dịch Kinh thánh sang ngôn ngữ Sinhala là một chiến lược khác được các linh mục Thiên chúa giáo thực hiện để truyền bá tôn giáo cho người Sinhalese. Các linh mục truyền giáo đã đi đến những nơi như đền chùa và những nơi khác nơi mọi người tụ tập và thuyết trình bằng tiếng Sinhala và Tamil để gieo trồng niềm tin tôn giáo của họ vào tâm trí người dân. Năm 1826, các mục sư Giám lý đã phân phát ấn phẩm cho những tín đồ đến Đền Kelaniya. Các nhà truyền giáo đã cố gắng đến gần hơn với mọi người bằng cách tham gia vào công việc phục vụ xã hội như tặng quà cho người nghèo, người bất lực và chăm sóc người bệnh. Tuy nhiên, những biện pháp như vậy do các nhà truyền giáo thực hiện để truyền bá tôn giáo của họ không có tác động đáng kể đến người dân ở các vùng nông thôn của đất nước, nhưng nhiều người Sinhalese và Tamil xuất thân từ các gia đình khá giả ở thành thị dường như đã theo đạo Cơ đốc. Hầu hết cộng đồng ngư dân ở phía Tây, Tây bắc và phía Bắc Sri Lanka đều theo đạo Thiên chúa.

Việc hình thành hệ thống kinh tế xuất nhập khẩu cũng góp phần làm suy thoái văn hóa. Người dân đất nước này đã quen với các sản phẩm của phương Tây và có động lực để đánh giá cao chúng. Xã hội do người Anh mang lại hoàn toàn dựa trên tiền và kết quả là các nhóm khác nhau đã phát triển: người giàu, tầng lớp trung lưu và tầng lớp lao động. Trộm cắp, làm hàng giả, rượu và cờ bạc do những ảnh hưởng bên ngoài mang lại đã khiến xã hội nông thôn bối rối. Dưới sự cai trị của người Anh, Phật giáo bị lãng quên và các cửa hàng bán rượu được mở ở khu vực Kandyan, dẫn đến sự suy thoái của đạo đức xã hội.

Việc trau dồi các phong tục phương Tây trong xã hội Sri Lanka là nguyên nhân gây tổn hại cho đời sống dân gian Phật giáo giản dị. Thay vì lối sống đơn giản, họ giới thiệu lối sống sang trọng. Phật tử Sri Lanka theo đạo Phật thực hành sự đơn giản. Họ tiến hành kinh tế, giáo dục và lối sống một cách đơn giản. Tuy nhiên, với ảnh hưởng của thuộc địa, các thực hành tôn giáo phương Tây, cách sử dụng tiền bạc, cung điện khổng lồ, tiệc tối, bữa ăn và đồ uống, trang phục phương Tây, tên và ngôn ngữ phương Tây đã được đưa vào văn hóa Phật giáo Sinhala. Do việc chiêu mộ cộng đồng người Tamil gốc Ấn Độ vào khu vực kinh tế của Sri Lanka trong thời kỳ Anh cai trị, văn hóa Tamil đã bị ảnh hưởng. Việc đăng ký kết hôn, khai tử, khai sinh được thực hiện theo chế độ cai trị của Anh. Khi đăng ký khai sinh, trẻ em được rửa tội. Ví dụ: Hikkaduwe Sri Sumangala Thero đã được rửa tội và được đặt tên theo đạo Cơ đốc là “Don Nikolas”. Người Sri Lanka phải kết nối với Cơ đốc giáo.

Vì vậy, sự cai trị của Anh đã làm suy yếu địa vị của các nhà sư trong xã hội. Năm 1840, các tổ chức truyền giáo phản đối chính phủ Anh và yêu cầu họ ngừng hỗ trợ Phật giáo trên danh nghĩa. Quyền lực truyền thống của các ngôi chùa Phật giáo đã bị chính phủ bãi bỏ, bỏ mặc các nhà sư. Mối liên hệ giữa cư sĩ và Tu sĩ Phật giáo đã bị phá hủy. Ngôi chùa là nơi biệt lập, phong tục tập quán Phật giáo không được tôn trọng. Các nhà truyền giáo cho rằng những người theo đạo Phật là những người ngoại đạo và điều này góp phần vào sự suy tàn của các ngôi chùa và Tu sĩ Phật giáo. Năm 1839, Spence Hard xuất bản một bài báo phản đối việc tôn trọng các đạo luật của Phật giáo ở Sri Lanka. Năm 1843, các nhà sư Thái Lan đã cố gắng tiến hành một đám rước Xá lợi Răng trong nước và chính phủ Anh đã phản đối điều đó. Năm 1857, các nhà sư Sri Lanka lại cố gắng tiến hành một đám rước như vậy và chính phủ không đưa ra bất kỳ sự hỗ trợ nào. Hơn nữa, theo Đạo luật số 10 năm 1856, chính phủ Anh lên án các quyền truyền thống của Phật giáo.

Kết Luận

Có thể kết luận rằng ngay cả người Bồ Đào Nha và người Hà Lan cũng đã truyền bá đức tin Kitô giáo ở các vùng ven biển và phá hủy nền văn hóa Phật giáo. Sức mạnh của Anh ảnh hưởng đến cả nước bao gồm cả vùng cao. Trong thời gian này, những người cai trị Anh đã truyền bá đạo Cơ đốc bằng cách sử dụng các tổ chức của các nhà truyền giáo ở Sri Lanka. Mặc dù họ đã đồng ý bảo vệ Phật giáo và Tu sĩ tại Hội nghị Kandyan năm 1815 nhưng họ đã không tôn trọng điều khoản đó. Đặc biệt, các chính sách giáo dục và chính sách của chính phủ do người Anh thực hiện là mối đe dọa đối với văn hóa Phật giáo và những người theo đạo Phật Sinhala buộc phải mất đi quyền lực và quyền lợi xã hội. Rõ ràng là các chính sách và sự áp bức của Anh đã dẫn đến sự suy thoái của Phật giáo ở Sri Lanka, bao gồm cả các khu vực ven biển và vùng cao.

Sách Tham Khảo

- Bandarage, A. *Colonialism in Sri Lanka: the Political Economy of the Kandyan Highlands*, 1833–1886. Colombo: Stamford Lake Publications, 2005.

- De Silva, K. M. *A History of Sri Lanka*. Delhi, India: University of California Press, 1981.
- Harris, E. *Theravada Buddhism and the British Encounter: Religious, Missionary and Colonial Experience in Nineteenth Century Sri Lanka*. UK: Routledge, 2009.
- Mendis, G. C. *Ceylon under the British*. Asian Educational Services, 2005.
- Mendis, V. L. B. *The Advent of the British to Ceylon*. 1762–1803. Dehiwala, 1971.
- Mills, A. L. *Ceylon under British Rule 1795–1932*. New York: Frank Cass & Co. Ltd., 1964.
- Powell, G. *The Kandyan Wars: the British Army in Ceylon 1803–1818*. New Delhi: Navrang, 1973.
- Sivasundaram, S. *Islanded: Britain, Sri Lanka and the Bounds of an Indian Ocean Colony*. Chicago: The University of Chicago Press, 2013.

2.10.

XÃ HỘI ĐƯƠNG ĐẠI Ở SRI LANKA: TRANH PHẬT CỦA TRƯỜNG PHÁI NGHỆ THUẬT PHÍA NAM

Giảng viên K.V.J. Koshalee

Khoa Lịch sử và Khảo cổ học

Khoa Khoa học Xã hội và Nhân văn, Đại học Ruhuna,

Email:kvjkoshalee@hist.ruh.ac.lk

Tóm Tắt

Bài viết này xem xét mối quan hệ phức tạp giữa Phật giáo và xã hội Sri Lanka trong thời kỳ chuyển đổi của thế kỷ 19, đặc biệt tập trung vào các bức tranh Phật giáo được cho là thuộcTrường phái Nghệ thuật miền Nam. Bằng cách phân tích cẩn thận các thuộc tính phong cách đặc biệt, các câu chuyện theo chủ đề và những ảnh hưởng nhiều mặt đặc trưng cho truyền thống nghệ thuật này, nghiên cứu nhằm mục đích làm sáng tỏ sự tương tác phức tạp giữa các động lực văn hóa, tôn giáo và xã hội. Bằng cách xem xét các bức tranh được chọn lọc và thông điệp đạo đức cơ bản của tranh, để cố gắng tìm hiểu sâu hơn về việc bảo tồn các truyền thống địa phương, di sản lâu dài của Phật giáo và tác động của chủ nghĩa thực dân ở miền Nam Sri Lanka.

Giới thiệu

Nghiên cứu này là một phần của nỗ lực nghiên cứu sâu rộng, đang diễn ra, tập trung vào các câu chuyện Phật giáo trong Trường Nghệ thuật Phương Nam và một cuộc thảo luận chung (ít nhiều) liên quan đến chủ đề đã chọn cho một diễn đàn học thuật được mời. Trong khi mối quan hệ giữa nghệ thuật và xã hội có thể được khám phá từ nhiều góc độ khác nhau, điều quan trọng cần lưu ý là bài viết này cố tình bỏ qua một khung lý thuyết sâu rộng vì mục đích chính là cung cấp một cái nhìn tổng quan ngắn gọn phù hợp cho những khán giả am hiểu tham gia nghiên cứu tiếng Pali và Phật giáo, hơn là những người chuyên về khảo cổ học và lịch sử nghệ thuật. Vì vậy, bài viết này đặc biệt tập trung tìm hiểu xã hội ở Sri Lanka thế kỷ 19, thời kỳ tương ứng với thời kỳ thuộc địa của Anh ở nước này, bằng cách phân tích những bức tranh được chọn lọc và những thông điệp đạo đức mà chúng truyền tải. Thông qua phân tích này, nghiên cứu nhằm mục đích khám phá những hiểu biết sâu sắc về ba lĩnh vực chính: bảo tồn truyền thống địa phương, di sản lâu dài của Phật giáo và tác động của chủ nghĩa thực dân. Trong các lĩnh vực chính này, nghiên cứu tìm cách hiểu:

Những bức tranh được chọn này phản ánh việc bảo tồn các phong tục và tập quán văn hóa truyền thống ở miền Nam Sri Lanka và tính liên tục của chúng theo thời gian như thế nào.

Phật giáo được miêu tả như thế nào trong những bức tranh này và nó có vai trò như thế nào. vẫn tồn tại và phát triển trong khu vực.

Chủ nghĩa thực dân được miêu tả như thế nào hoặc nó đã để lại dấu ấn như thế nào đối với nền văn hóa và nghệ thuật được miêu tả trong những bức tranh này.

Mối quan hệ phức tạp giữa nghệ thuật, tôn giáo và xã hội từ lâu đã mê hoặc các học giả về hội họa miền Nam. Các nghiên cứu gần đây, bao gồm cả những nghiên cứu được thực hiện bởi Lakdusinghe (1990), Somathilake (2002), Bandaranayake (2006), Mahinda (2007), Urugodawatte (2014) và nhiều nghiên cứu khác, đã khám phá sâu sắc mối liên hệ nhiều mặt giữa ba yếu tố này, bao gồm các quan điểm khảo cổ và lịch sử nghệ thuật. Trong khi trọng tâm của hầu hết các nghiên cứu về hội họa Phật giáo miền Nam xoay quanh phong cách nghệ thuật của chúng, so sánh chúng với các phong cách đương đại phổ biến ở các vùng miền Trung đất nước, đặc biệt là Trường phái Kandyan và các biến thể khu vực của nó, những nghiên cứu này cũng đi sâu vào các chủ đề đã chọn của các bức tranh và sự giao tiếp của họ với cộng đồng. Ví dụ, Bandaranayake mở rộng cách tiếp cận này bằng cách phân tích thành phần của các chủ đề được lựa chọn và sự sắp xếp không gian của các bức tường hình ảnh ngôi nhà (Bandaranayake 2006, 204–211). Xã hội được miêu tả trong Trường phái Nghệ thuật miền Nam thường được coi là sự mở rộng của sự hồi sinh Phật giáo ở các khu vực phía Nam trong thời kỳ suy yếu của chính quyền Hà Lan và sự trỗi dậy của sự cai trị của Anh, dẫn đến sự quan tâm mới đến Phật giáo và hội họa Phật giáo ở những khu vực này (Lakdusinghe 1990, 111; Bandaranayake 2006, 17, 201).

Hơn nữa, văn hóa phương Tây và sự hiện diện của Cơ đốc giáo đã ảnh hưởng đáng kể đến nghệ thuật do Trường phái phương Nam sản xuất (Urugodawatte 2014, 194–198). Tuy nhiên, điều đáng chú ý là trong khi tác động của ảnh hưởng châu Âu đối với hội họa miền Nam đã được xem xét kỹ lưỡng trong khuôn khổ “Xã hội nghệ thuật”; “Nghệ thuật trong xã hội" chủ yếu được xem xét trong bối cảnh lịch sử xã hội của lịch sử nghệ thuật vẫn là một chủ đề tương đối ít được khám phá.

Nghiên cứu này không cố gắng trả lời những câu hỏi phức tạp hơn về vai trò của Trường phái Nghệ thuật miền Nam trong xã hội đương đại thời bấy giờ. Thay vào đó, mục tiêu của nó là chụp lại những mối liên hệ phức tạp giữa Phật giáo và xã hội bằng cách kiểm tra các tác phẩm nghệ thuật từ Nam Tông. Thông qua phân tích các kỹ thuật nghệ thuật được sử dụng, các chủ đề chính được mô tả và bối cảnh lịch sử và xã hội mà những tác phẩm nghệ thuật này được tạo ra, điều này nhằm mục đích hiểu được niềm tin tâm linh được đan xen với những biến đổi xã hội như thế nào. Bằng cách xem xét kỹ lưỡng những bức tranh cụ thể và thông điệp được truyền tải của chúng, bài viết này tìm cách làm sáng tỏ cách thức các truyền thống địa phương được duy trì, ý nghĩa lâu dài của Phật giáo và tác động của chủ nghĩa thực dân đối với các khu vực phía Nam Sri Lanka.

1. Phương pháp luận

Một cách tiếp cận phương pháp luận toàn diện được sử dụng để điều tra các động lực phức tạp của thời đại này, bao gồm phân tích lịch sử nghệ thuật, bối cảnh hóa văn hóa và khám phá chủ đề sâu sắc. Nền tảng của cuộc khám phá này dựa trên sự phân tích tỉ mỉ các yếu tố hình ảnh đặc biệt, chiến lược sáng tác và sở thích theo chủ đề của Trường phái Phương Nam. Ngoài ra, một cuộc điều tra lịch sử nghiêm ngặt về môi trường văn hóa xã hội đã xác định thế kỷ 19, nhấn mạnh đến thời kỳ thuộc địa, được thực hiện để làm sáng tỏ các lực lượng góp phần định hình những sáng tạo nghệ thuật này. Một phân tích sáng suốt về những bức tranh được lựa chọn cẩn thận nhấn mạnh những kỹ thuật kể chuyện phức tạp mà

Trường phái Phương Nam sử dụng để truyền tải những thông điệp đạo đức và tôn giáo sâu sắc. Tranh Phật giáo Nam Bộ và xã hội Người ta thừa nhận rộng rãi rằng vốn từ vựng trực quan của Trường phái phương Nam, đặc trưng bởi các bảng màu sống động, chi tiết tỉ mỉ và chủ đề gợi nhiều liên tưởng, đại diện cho tấm thảm văn hóa phong phú của miền Nam Sri Lanka. Sự xuất hiện và hưng thịnh của Trường Nghệ thuật miền Nam là minh chứng cho sự tác động qua lại phức tạp của những ảnh hưởng bên trong và bên ngoài đã góp phần tạo nên bối cảnh văn hóa xã hội từ thế kỷ 19 đến đầu thế kỷ 20 ở Sri Lanka. Nghệ thuật luôn phản ánh những nguyên tắc xã hội và sự khác biệt về văn hóa, phản ánh những đặc điểm của thời đại. Như vậy, những sáng tạo của Trường phái miền Nam là minh chứng cho bản chất của xã hội miền Nam Sri Lanka. Ngoài sức hấp dẫn về mặt thẩm mỹ, những tác phẩm nghệ thuật này còn gói gọn một câu chuyện sâu sắc về sự hòa nhập văn hóa, cam kết tinh thần và các nguyên tắc chung. Là những tạo tác trực quan, những bức tranh này cho phép chúng ta khám phá mối quan hệ năng động giữa Phật giáo và xã hội trong thời đại này.

Như đã đề cập trước đó, nghiên cứu này duy trì trọng tâm chính là phân tích xã hội thế kỷ 19 thông qua góc nhìn của các bức tranh Phật giáo. Để thực hiện điều này, nó đi sâu vào sự tương tác giữa xã hội và Phật giáo trong thời kỳ biến đổi này, bác bỏ cách tiếp cận mang tính ngăn cách nhằm tách biệt các chủ đề này. Nghiên cứu tập trung đáng kể vào việc khám phá các khía cạnh xã hội sâu sắc hơn, vượt xa những ảnh hưởng của thuộc địa Anh đã thảo luận trước đó, đan xen với truyền thống văn hóa địa phương, đặc biệt là ở các vùng ven biển của các tỉnh phía tây và phía Nam Sri Lanka, nơi Trường Nghệ thuật miền Nam khởi nguồn và nuôi dưỡng một nền văn hóa sôi động. trao đổi các phương pháp, biểu tượng và khái niệm nghệ thuật. Các ý tưởng mang tính khái niệm do Bandaranayake phát triển đã nhận được sự đánh giá cao và được tuân thủ chặt chẽ trong nghiên cứu này, đặc biệt là các khái niệm của ông về thế giới hiện thực, bầu không khí lý tưởng hóa và các cõi tưởng tượng (Bandaranayake 2006, 2012). Dựa trên những ý tưởng này và sự phân tích hội họa miền Nam, nhiều khía cạnh phản ánh xã hội đương đại đã được xác định như sau.

1.1 Những bức ảnh chụp thực tế về cuộc sống hằng ngày và tập quán văn hóa

Các tác phẩm phức tạp trong các bức tranh của Trường phái miền Nam mang đến sự miêu tả sống động và chi tiết về cuộc sống hằng ngày, các nghi lễ văn hóa và thực hành tâm linh ở miền Nam Sri Lanka trong thế kỷ 19 đến thế kỷ 20. Những tác phẩm nghệ thuật này mang đến một cái nhìn độc đáo và sống động về những con phố nhộn nhịp với xe ngựa, đám rước tôn giáo và hoàng gia, kiến trúc trang trí công phu (bao gồm các chi tiết kiến trúc, đồ nội thất, đèn, v.v.), tầng lớp xã hội đa dạng, phong tục và nhiều khía cạnh khác của cuộc sống hằng ngày đã xác định khu vực trong thời kỳ đó. Ví dụ, trong một bức tranh ở Mulkirigala Rajamahavihara, một khung cảnh ăn uống sôi động được miêu tả, ghi lại sự phức tạp của việc chuẩn bị ẩm thực, sự hiện diện của chuối và các loại trái cây khác cũng như nhiều hộp đựng thức ăn khác nhau treo trên mái nhà, với một người phụ nữ đang phục vụ thức ăn cho một người đàn ông. Thông qua các chi tiết tỉ mỉ, bao gồm các hoa văn phức tạp trên quần áo và các yếu tố kiến trúc của các tòa nhà, những bức tranh này đưa người quan sát đến một thời đại đã qua, giúp họ hình dung được thực tế hữu hình của cuộc sống hằng ngày.

1.2 Ảnh hưởng của chủ nghĩa thực dân và trao đổi văn hóa đến biểu hiện nghệ thuật

Ảnh hưởng của chủ nghĩa thực dân và sự tương tác giữa

các nền văn hóa được thể hiện rõ trong tranh của Trường phái phương Nam. Sự kết hợp trang phục châu Âu, họa tiết kiến trúc và biểu tượng văn hóa trong các tác phẩm nghệ thuật phản ánh sự tương tác phức tạp giữa truyền thống địa phương và ảnh hưởng bên ngoài. Sự kết hợp các yếu tố này nhấn mạnh khả năng thích ứng và khả năng phục hồi của xã hội trước sự thay đổi. Ví dụ, nhiều bức tranh tại Karagampitiya Subodharamaya mô tả sự pha trộn hài hòa giữa quần áo, đồ nội thất, thiết bị và dụng cụ châu Âu, nhấn mạnh sự tồn tại chung của phong tục bản địa và ảnh hưởng bên ngoài. Sự kết hợp các phong cách này minh họa một cách sinh động khả năng của xã hội trong việc tích hợp các yếu tố văn hóa đa dạng vào các biểu hiện nghệ thuật.

Thời kỳ thuộc địa đã chứng kiến sự hồi sinh của Phật giáo ở các vùng lãnh thổ phía Nam Sri Lanka, được xúc tác bởi các cường quốc thực dân Hà Lan và Anh. Sự hồi sinh này đã thổi sức sống mới vào Phật giáo và các biểu hiện nghệ thuật của nó, làm sống lại di sản văn hóa và lòng sùng mộ tâm linh. Đồng thời, làn sóng văn hóa phương Tây và Cơ đốc giáo đã tạo ra một lớp phức tạp mới cho sản phẩm sáng tạo của Trường phái phương Nam. Sự tổng hợp hài hòa giữa các yếu tố truyền thống với cảm giác đương đại thể hiện phản ứng nghệ thuật năng động đối với bối cảnh văn hóa đang phát triển. Nó gói gọn sự tương tác giữa các hoạt động tôn giáo địa phương và những ảnh hưởng văn hóa bên ngoài trong một sự kết hợp hấp dẫn.

1.3 Tường thuật đạo đức và giá trị đạo đức trong nghệ thuật

Bên dưới sức hấp dẫn thị giác quyến rũ, những bức tranh của Nam Tông mang những câu chuyện đạo đức sâu sắc phản ánh một cách đẹp đẽ các nguyên tắc đạo đức của Phật giáo. Những câu chuyện kể này thổi sức sống vào một thế giới được lý tưởng hóa, trình bày những câu chuyện thấm đẫm những đức tính có sức ảnh hưởng phổ quát. Ví dụ, bức tranh Vessantara Jataka minh họa lòng rộng lượng vô biên của một người cai trị. Tác phẩm nghệ thuật này như một bài học đạo đức sâu sắc về lòng vị tha và lòng nhân ái. Ngược lại, những câu chuyện như Telapatta Jataka đóng vai trò như những câu chuyện cảnh báo, nhắc nhở chúng ta về sự nguy hiểm của việc đắm chìm trong những thú vui nhục dục và đòi hỏi tài sản vô chủ một cách bất công. Ngoài khả năng thu hút, những câu chuyện trực quan này còn đóng vai trò là kênh dẫn cho những lời dạy về đạo đức, gói gọn những nguyên lý cốt lõi của triết học Phật giáo.

1.4 Miêu tả các cõi thần thoại và tín ngưỡng siêu hình

Cơ cấu nghệ thuật của Trường phái phương Nam trải dài vượt xa giới hạn trần thế, vươn tới lĩnh vực thần thoại và siêu hình học. Người ta tìm thấy những mô tả về các thiên thể, các vị thần hành tinh, các chòm sao hoàng đạo và các họa tiết thanh tao khác trong bức tranh rộng lớn này. Tất cả những yếu tố này làm phong phú thêm câu chuyện bằng cách đưa ra những cái nhìn thoáng qua về thế giới quan vũ trụ của xã hội chịu ảnh hưởng từ các bức tranh Bali (Lakdusinghe 1990, 114).

Trong nhiều trường hợp, nội thất của các ngôi đền được trang trí bằng các huy chương hình tròn, nổi bật với các biểu tượng đại diện cho các thiên thể và cung hoàng đạo. Những yếu tố nghệ thuật này nhấn mạnh tầm quan trọng sâu sắc của các thực thể thiên thể trong hệ thống tín ngưỡng rộng lớn hơn. Trong khi đó, phần trên của những bức tranh này ghi lại những câu chuyện Jataka, dệt nên những câu chuyện phức tạp, trong khi phần dưới cùng miêu tả một cách sinh động các địa ngục hoặc thế giới ngầm khác nhau trong vũ trụ học Phật giáo. Những cách thể hiện này cùng nhau cung cấp sự hiểu biết toàn diện về niềm tin siêu hình và các biểu hiện văn hóa của xã hội, thể hiện một bức tranh vượt qua ranh giới của bình diện trần thế.

1.5 Bảo tồn giữa những thách thức: tính liên tục của truyền thống Phật giáo

Một trong những khía cạnh đáng chú ý nhất được thể hiện qua những tác phẩm nghệ thuật này là tính liên tục của truyền thống Phật giáo bất chấp những thách thức do chủ nghĩa thực dân đặt ra. Việc bảo tồn các hoạt động tôn giáo và văn hóa địa phương nhấn mạnh khả năng phục hồi của xã hội trong việc điều hướng các hoàn cảnh chính trị phức tạp. Cách tiếp cận thích ứng này cho phép cộng đồng phát huy di sản của mình đồng thời đón nhận những ảnh hưởng từ bên ngoài, thể hiện tinh thần bền bỉ của văn hóa Sri Lanka. Một ví dụ điển hình là những bức tranh miêu tả các đám rước Phật giáo truyền thống, làm nổi bật dòng truyền thừa không gián đoạn của các thực hành tôn giáo vẫn tồn tại bất chấp sự chiếm đóng của thực dân và áp lực từ bên ngoài. Những tác phẩm nghệ thuật này không chỉ là những hình ảnh tĩnh mà còn là những ghi chép năng động về một xã hội luôn thay đổi, thích ứng với những thay đổi trong khi vẫn kiên định bảo tồn các giá trị và truyền thống cốt lõi của mình. Những bức tranh này mang đến sự hiểu biết sâu sắc và đa diện về quá khứ, kết nối lịch sử và những phản ánh đương đại thông qua các chi tiết phức tạp, những câu chuyện sống động và những lời dạy về đạo đức.

Tóm lại, những bức tranh Phật giáo có nguồn gốc từ Trường phái Nghệ thuật miền Nam cung cấp cho chúng ta cái nhìn hấp dẫn về sự tương tác phức tạp giữa Phật giáo và xã hội miền Nam Sri Lanka trong thế kỷ 19 và 20. Những tác phẩm nghệ thuật này vượt xa sự hấp dẫn về mặt thẩm mỹ của chúng, đóng vai trò là kho lưu trữ văn hóa và hiểu biết lịch sử vô giá. Chúng thu hẹp khoảng cách giữa quá khứ và hiện tại một cách hiệu quả, kết nối những người quan sát đương thời với tấm thảm phong phú về lịch sử, văn hóa và tâm linh đã định hình nên miền Nam Sri Lanka. Những phát hiện của nghiên cứu này nhấn mạnh vai trò vô giá của những kho tàng nghệ thuật này trong việc làm sáng tỏ các khía cạnh lịch sử, văn hóa và tâm linh của miền Nam Sri Lanka. Khi khám phá sự phức tạp trong các bức tranh của Trường phái miền Nam, chúng ta bắt gặp những câu chuyện đa dạng phản ánh sự phức tạp của xã hội, hệ thống tín ngưỡng và sự tương tác văn hóa. Những bức tranh này cung cấp cho chúng ta một cánh cửa nhìn vào một thế giới được định hình bởi sự liên tục và thay đổi, nơi những lời dạy sâu sắc của Phật giáo đan xen với những sắc thái của cuộc sống hằng ngày.

Kết Luận

Những bức tranh Phật giáo của Trường phái Nghệ thuật Phương Nam là bằng chứng mạnh mẽ cho khả năng biểu đạt nghệ thuật lâu dài trong việc truyền tải những thông điệp triết học và đạo đức sâu sắc. Những tác phẩm nghệ thuật này không chỉ thể hiện năng lực nghệ thuật của người sáng tạo mà còn cung cấp bằng chứng phong phú qua đó chúng ta có thể khám phá mối quan hệ phức tạp giữa Phật giáo và xã hội. Khi chúng ta chiêm ngưỡng những bố cục sống động, những chi tiết phức tạp và những chủ đề gợi nhiều liên tưởng trong những bức tranh này, chúng ta được nhắc nhở về tác động sâu sắc mà Phật giáo đã tạo ra trong việc định hình cảnh quan văn hóa và tâm linh của miền Nam Sri Lanka. Trong một thế giới mà di sản văn hóa thường phải đối mặt với những thách thức từ quá trình hiện đại hóa và toàn cầu hóa, các bức tranh Phật giáo của Trường phái Nghệ thuật Phương Nam là dấu hiệu kiên cường cho thấy sức mạnh bền bỉ của truyền thống và ảnh hưởng sâu sắc của tâm linh đối với xã hội.

Những tác phẩm nghệ thuật này vượt qua bản chất vật lý, vượt qua nét vẽ để trở thành vật chứa ký ức văn hóa, hướng dẫn đạo đức và chiêm nghiệm tâm linh. Khi chúng ta tham gia vào những câu chuyện trực quan này, chúng ta được mời suy ngẫm về những sự thật phổ quát mà chúng truyền tải—các giá trị của lòng trắc ẩn, lòng vị tha và đức hạnh vang dội theo thời gian và tiếp tục định hình trải nghiệm của con người.

Nguồn Tham Khảo

- Bandaranayake, S. (2006). *The Rock and Wall Paintings of Sri Lanka*. Colombo: Stamford Lake (Pvt.) Ltd.
- Lakdusinghe, S. (1990). *Painting Art of Sri Lanka: Kandyan Period* (1400 A.D. – 1815 A.D.). In N. Wijesekara (ed.), Painting (S. Herat, translator, Vol. 5, pp. 103–118). Colombo: Department of Archaeology.
- Mahinda, U. (2007). *Dakuṇē vihāravala mahanuvara sampradāyē citra* (*Paintings of the Kandy Tradition in Southern Temples*). Colombo: S. Godage and Brothers.
- Somathilake, M. (2002). *Mahanuvara sampradāyē bauddha bitusituvam kalāva* (*Buddhist Wall Paintings of the Kandy Tradition*). Colombo: S. Godage and Brothers.
- Urugodawatte, Bindu, 2014. "Influence of European Diaspora on Sri Lankan Buddhist Art" in *Circulation of Cultures and Culture of Circulation: Diasporic Cultures of South Asia During 18th to 20th Centuries*," SAARC Cultural Centre, Sri Lanka.

2.11.

LỊCH SỬ PHẬT GIÁO TẠI SRI LANKA TRONG THỜI KỲ HIỆN ĐẠI

Hòa thượng Tiến sĩ Kahawatte Siri Sumedha
Chủ tịch hội Phật giáo quốc tế Indo Sri Lanka,
Trụ trì chùa Jambudvipa Sri Lanka, Varanasi, Ấn Độ

Giới thiệu

Sri Lanka, một quốc đảo nhỏ nằm ở khu vực Nam Á, có lịch sử Phật giáo lâu đời kéo dài hàng nghìn năm. Nghiên cứu này xem xét sự phát triển lịch sử của Phật giáo ở Sri Lanka, ghi lại sự phát triển của nó từ thế kỷ 19 đến ngày nay. Sự phát triển và ảnh hưởng to lớn của Phật giáo Nguyên thủy ở Sri Lanka đã có tác động lâu dài đến cộng đồng Phật giáo toàn cầu. Thành tựu này có được là nhờ sự lãnh đạo của các nhà lãnh đạo nổi tiếng, nỗ lực phối hợp của các nhóm phục hưng Phật giáo và mối quan hệ hiệu quả được thiết lập với các cộng tác viên quốc tế. Mục tiêu của nghiên cứu này là kiểm tra và đánh giá bối cảnh lịch sử, ý nghĩa tiếp tục và các khía cạnh văn hóa của Phật giáo ở Sri Lanka.

Cuộc thảo luận

Phật giáo Nguyên thủy là tôn giáo chính thức của Sri Lanka và được 70% dân số thực hành. Phật tử Sri Lanka có nhiều điểm tương đồng với Phật giáo Nam và Đông Nam Á, đặc biệt là ở Myanmar và Thái Lan do sự trao đổi văn hóa truyền thống. Sri Lanka là một trong những quốc gia có truyền thống Phật giáo lâu đời nhất. Hiến pháp hiện hành của Sri Lanka đã tuyên bố Phật giáo là quốc giáo.

Lịch sử Phật giáo ở Sri Lanka trong thời kỳ hiện đại bắt đầu với nỗ lực thành công nhất nhằm khôi phục Tăng đoàn do Hòa thượng Welivita Sri Saranankara Thero (1698–1778) lãnh đạo. Ngài khôi phục chức sắc giới cụ túc Tỳ-kheo trên đảo bằng cách mời các nhà sư trưởng thượng từ Thái Lan sang lập giới đàn, thành lập Siyam Nikāya hiện đại với sự hỗ trợ của Vua Kandyan, Kīrthi Sri Rājasinghe. Nửa đầu thế kỷ 19 chứng kiến sự hình thành của một hội Tăng già mới, thành lập Amarapura Nikāya. Các nhà sư đến Miến Điện vào thập kỷ đầu tiên của thế kỷ 19 để mang về một lễ thọ giới cụ túc Tỳ-kheo và sau đó thành lập một trường phái khác, Rāmañña Nikāya, cũng với sự hỗ trợ của Miến Điện vào năm 1864 do Hòa thượng Ambagahawatte Indrasabhawara Gnanasami Mahā Thera lãnh đạo (Phật giáo ở Sri Lanka, Buddhanet 2023).

Phong trào phục hưng Phật giáo trên toàn quốc bắt đầu như một phản ứng đối với các nhà truyền giáo Thiên chúa giáo và sự cai trị của thực dân Anh. Phong trào này được củng cố nhờ kết quả của một số cuộc tranh luận công khai của các

Tu sĩ Phật giáo, Hòa thượng Migettuwatte Gunānanda Thero và Hòa thượng Hikkaduwe Sri Sumangala Thero. Cuộc tranh luận Pānadurā nổi tiếng năm 1873 được nhiều người coi là một thắng lợi của Phật tử khi các hoạt động giáo dục của phong trào phục hưng Phật giáo nhận được động lực. Điều này là do các Tu sĩ Phật giáo đã thành lập một Viện đại học Phật giáo Pramadhammachetiya Pirivena, Ratmalana vào năm 1841, nơi đào tạo ra một số tăng tài. Hai trong số những học giả xuất sắc nhất, Hòa thượng Hikkaduwe Sri Sumangala Thero đã thành lập trường Vidyodaya Pirivena vào năm 1872, và Hòa thượng Sri Ratmalane Dharmaloka Thero thành lập trường Vidyalankara Pirivena vào năm 1876. Nhiều nhà sư từ khắp các quốc gia đã đến hai học viện này để nghiên cứu Phật giáo và ngôn ngữ phương Đông.

Vào thời hiện đại, những nỗ lực của Sri Lanka trong việc truyền bá Phật giáo Nguyên thủy trên khắp thế giới đã vô cùng thành công. Năm 1880 Henry Steel Olcott đến Sri Lanka từ Mỹ cùng với bà Blavatsky thuộc Hiệp hội Thần học. Họ thành lập Hiệp hội Thần học Phật giáo với sự hỗ trợ của các nhà lãnh đạo Phật giáo Sinhala vào năm 1880 với mục tiêu thành lập các trường Phật học trong nước. Đại tá Phật tử Olcott tài trợ cho các trường cao đẳng Phật giáo Ananda ở Colombo và Dharmaraja ở Kandy để quảng bá Phật giáo như một tôn giáo khoa học.

Hiệp hội Thần học Sri Lanka, dưới sự bảo trợ của Olcott, đã thành lập một đơn vị xuất bản và họ đã xuất bản tờ báo Sinhala Phật giáo (*Bauddhayā*). Nhờ nỗ lực của họ, Vesak, ngày đản sinh của Đức Phật, đã trở thành một ngày lễ chung. Tháng 1 năm 1884, Đại tá Olcott chủ động thành lập Ủy ban Bảo vệ Phật giáo và bắt đầu chiến dịch khôi phục lại ngày lễ Vesak vốn đã bị người Hà Lan bãi bỏ. Thống đốc Sir Arther Hamilton Gordon đã ban hành một tuyên bố vào ngày 27 tháng 3 năm 1885 tuyên bố Ngày Trăng tròn Vesak là một ngày nghỉ lễ. Hơn nữa, ông đề nghị treo cờ Phật giáo vào ngày hôm đó để tượng trưng cho sự đoàn kết của Phật tử và sự chiến thắng của phong trào chấn hưng Phật giáo. Lá cờ có các màu nīla, xanh sapphire; pīta, màu vàng vàng; lohita, màu trắng; mānjestra, đỏ tươi; và prabhāshvara, sự kết hợp của cả năm (Ranatunga và Perera, 2010).

Lá cờ đã được thông qua như là biểu tượng thống nhất của Phật tử trên toàn thế giới. Học giả và công chức người Anh T.W. Rhys Davids (1843–1922), người thành lập Hiệp hội Văn bản Pāli năm 1881, phục vụ tại Sri Lanka trong thời chính quyền Anh. Khi được bổ nhiệm làm trợ lý đặc vụ chính phủ tại Nuwarakalāviya vào năm 1887, Rhys Davids đã tham gia vào việc khai quật thành phố cổ Sinhala, Anuradhapura. Sự thành lập Hiệp hội Văn bản Pāli ở Anh bởi T.W. Rhys Davids là một sự hồi sinh có ý nghĩa to lớn của Phật giáo với mục tiêu thúc đẩy nghiên cứu tiếng Pāli và xuất bản các văn bản kinh điển và bình luận cổ xưa (Aṭṭhakathā) bằng chữ viết La Mã. Cần phải ghi nhận các học giả phương Tây vì công việc tiên phong của họ trong việc phục hưng Phật giáo trong thế kỷ này và sự truyền bá Phật giáo sang phương Tây của bà Rhys Davids, Wilhelm Geiger, Max Muller và những người khác với sự hỗ trợ của các Tu sĩ Phật giáo Sri Lanka (Dhammananda 1999).).

Anagārika Dharmapāla, người con vĩ đại của Sri Lanka, đã thành lập Hội Đại Bồ Đề vào năm 1891 với mục tiêu hồi sinh Phật giáo ở Ấn Độ và trùng tu ngôi chùa Phật giáo cổ xưa ở Bodhgaya và những nơi khác gắn liền với cuộc đời của Đức Phật. Anagārika Dharmapāla cũng đại diện cho Phật giáo Nguyên thủy như một tôn giáo thế giới tại Nghị viện Tôn giáo thế giới được tổ chức tại Chicago, Mỹ vào năm 1893 và tham gia tạo ra một mạng lưới phổ quát gồm các Phật tử trên khắp thế giới và đoàn kết tất cả các Phật tử (Dharmapala 1991).

Các hiệp hội phục hưng Phật giáo cũng đóng góp nhiều

vào việc xuất bản văn học Phật giáo. Trong số đó, một số học giả phục hưng Phật giáo hàng đầu là Ngài D. B. Jayatilake, F. R. Senanayake, Walishinghe Harischandra, W. A. Silva, Piyadasa Sirisena và Martin Wickramasinghe. Sự hồi sinh của Phật giáo cũng dẫn đến sự truyền bá của Phật giáo ở các nước châu Âu và phương Tây. Anagārika Dharmapāla đã thành lập Tu viện Phật giáo Luân Đôn vào năm 1926. Sau đó, Hòa thượng H. Saddhāthissa Mahā Thero được Hiệp hội Mahā Bodhi bổ nhiệm làm trụ trì đương nhiệm vào năm 1954. Ashoka Weerarathne đã mở ra một chương mới cho sự truyền bá Phật giáo ở Đức và Châu Âu bằng cách thành lập Xây dựng Tịnh xá Phật giáo ở Đức và thành lập Hiệp hội Dharmadūta Đức. Các Tu sĩ từ Sri Lanka cũng được gửi đến sống ở Đức và chia sẻ Phật pháp vào năm 1957. Phái đoàn Phật giáo Nguyên thủy đầu tiên do Tỳ kheo Soma ở Vajiramaya Colombo đứng đầu đã được thực hiện ở Đức dưới ngọn cờ của Hiệp hội Dharmadūta Đức. Hòa thượng Nanaponika (1901–1994), người được Hòa thượng Nanathilaka truyền giới, là một nhà tư tưởng và nhà truyền thông, người đồng sáng lập Hiệp hội Xuất bản Phật giáo (BPS) ở Kandy, Sri Lanka và từng là chủ tịch và biên tập viên lâu năm của hiệp hội này. Sự hướng dẫn sáng suốt, lòng từ bi tràn đầy và sự cống hiến cho pháp của Ngài đã biến Hiệp hội Xuất bản Phật giáo thành một công ty có ấn phẩm Phật giáo lớn mang giáo lý của Đức Phật đến hơn 80 quốc gia trên thế giới.

Gordon Douglas, người được thọ giới tại Colombo vào năm 1899 với tư cách là Tỳ kheo Ashoka, là người Anh đầu tiên đến Nguyên thủy từ phương Tây. Kể từ khi Phật giáo phục hưng, Sri Lanka đã trở thành một nguồn nghiên cứu quan trọng về các ngôn ngữ phương Tây. Một trong những người phương Tây đầu tiên, Bhikku Nanatiloka Maha Thero đến từ Đức, đã thành lập một ẩn thất trên đảo và truyền giới cho một số Tu sĩ từ phương Tây ở đó, trong số đó có Bhikkhu

Nanaponika (người sáng lập Hiệp hội Xuất bản Phật giáo ở Kandy).

Từ những năm 1950 trở đi, truyền thống ẩn cư trong rừng Sri Lanka đã phát triển tập trung vào sự xuất gia, thiền định và sinh sống trong rừng, hang động. Hòa thượng Puvakdandawe Pannananda Maha Thero (1817–1887) là một trong những Tu sĩ đầu tiên thành lập một ẩn thất trong rừng ở Batuvita và Kirkda. Phong trào này cũng sản sinh ra những triết gia học giả xuất sắc, những người tìm cách cải cách Tăng đoàn bằng cách quay về đời sống trong rừng sâu và tuân thủ nghiêm ngặt Luật tạng. Trong số các nhà sư Phật giáo này có Hòa thượng Kadawadduwe Jinawansa, Vaturavila Nanananda, Matara Sri Nanarama và Katukurunde Nanananda, tất cả đều là những người tiên phong liên kết với Sri Kalyani Yogasrama Sanstha, Nissarana Vanaya, Nauna Aramaya và một số tu viện trong rừng.

Vào ngày 8 tháng 1 năm 1898, một nhóm trẻ gồm 20 người, chủ yếu là thư ký làm việc trong các cơ quan chính phủ, đã có một bước đi có tầm nhìn xa. Họ quyết tâm thành lập Hiệp hội Thanh Niên Phật giáo (YMBA) do Ngài Anagarika Dharmapala chủ trì cuộc họp. Sau đó là viện trưởng trường ghép với hội Phật giáo Ananda và D.B. Jayatilake, được mời làm chủ tịch đầu tiên của hội. Sau ý tưởng nên tổ chức một hội nghị thường niên, Hiệp hội Thanh niên Phật giáo sau đó đã quyết định thành lập Đại hội Phật giáo toàn Ceylon vào tháng 12 năm 1919. Học giả hàn lâm Phật giáo nổi tiếng thế giới, Giáo sư G.P. Malalasekara, đã trở thành chủ tịch của hội trong mười tám năm, từ 1939 đến 1957, đó là thời kỳ hoàng kim của Phật giáo (Đại hội Phật giáo toàn Ceylon 2011).

Một cơ quan đặc biệt gọi là Lanka Bauddha Mandalaya (*Hội đồng Phật giáo*) đã được thành lập dưới sự bảo trợ của Thủ tướng Sri Lanka, S.W.R.D. Bandaranayake vào năm 1956. Việc dịch Tam Tạng sang ngôn ngữ Sinhala được đánh dấu bằng lễ kỷ niệm 2.500 năm Đức Phật Jayanthi nhân dịp Đức Phật nhập Niết Bàn và để tôn vinh nhiệm vụ do hội đồng này đảm nhận.

Công việc biên soạn một bộ bách khoa toàn thư về Phật giáo cũng được bắt đầu nhằm mục đích đưa ra một giải thích toàn diện về nguồn gốc của tôn giáo trên thế giới và sự phát triển của Phật giáo trong hơn 25 thế kỷ. Dự án này đã tập hợp các học giả Phật giáo trên thế giới lại với nhau để cung cấp thông tin cho cả truyền thống Nguyên thủy và Đại thừa. Vào tháng 3 năm 1957, chính phủ Sri Lanka đã thành lập Ủy ban Phật giáo để nghiên cứu các phương pháp và phương tiện thúc đẩy Phật giáo. Các khuyến nghị sâu rộng đã được ủy ban đưa ra và một báo cáo liên quan được công bố vào tháng 11 năm 1959.

Truyền thống giáo dục trường Phật học Pirivena cho các nhà sư đã có từ gần 600 năm trước. Các viện giáo dục này, được đăng ký với Bộ Giáo dục, nhận được trợ cấp hàng năm dựa trên tình trạng và số lượng Tu sĩ. Hai trường Phật học piriven hàng đầu được chứng nhận, có đây đủ tiêu chuẩn đại học và đã được chuyển đổi thành các trường đại học thế tục chính thức.

Hiệp hội Sāsana Sevaka, một tổ chức Phật giáo được thành lập bởi Hòa thượng Madihe Pannasīha Mahānayaka Maha Thero, đã kiến tạo ngôi chùa Phật giáo Nguyên thủy đầu tiên ở Hoa Kỳ vào năm 1966 với việc khánh thành Tu viện Phật Washington ở Washington DC. Kể từ đó, các trung tâm Phật giáo Nguyên thủy đã được thành lập ở nhiều nước châu Âu. Mỹ, Úc và Sri Lanka đóng vai trò nổi bật trong việc thành lập Hội đồng Tăng già Phật giáo Thế giới (WBSC) tại Colombo vào tháng 5 năm 1966. Mục đích của Tăng già là phát triển sự trao đổi giữa các cộng đồng Tu sĩ và Phật giáo thuộc các truyền thống khác nhau trên toàn thế giới, giúp thực hiện hoạt động truyền bá Phật giáo (Abeynayake và Tilakaratne 2011).

Trong nửa đầu thế kỷ 20, một số Tu sĩ Phật giáo Sri Lanka nổi tiếng như Hòa thượng Nārada Mahā Thero, Madihe Pannasīha Maha, Nayaka Maha Thero và Weligama Nandrathana Maha Thero từ ngôi chùa Vajirārāma nổi tiếng, Bambalapitiya, Colombo đã góp phần củng cố nền giáo dục Phật giáo Sri Lanka. Phật giáo Nepal bằng cách thành lập hội trường sīma, một không gian được phê duyệt đặc biệt cho các hoạt động Luật tạng của tu viện, đây là một trong những đóng góp to lớn của hội từ năm 1945 đến năm 1955.

Sự mở rộng đáng kể của Phật giáo ở Canada bắt đầu vào nửa cuối năm 1974 khi Hiệp hội Phật giáo Toronto được thành lập dưới sự bảo trợ của Hòa thượng Mahā Thero Dikwela Piyananda và Mahā Thero H. Gunarathana thuộc Tu viện Phật giáo Washington và Thero Piyadassi từ Chùa Vajirārāmaya ở Colombo, Sri Lanka.

Tổ chức Phật giáo Sinhalese đầu tiên là Hiệp hội Phật giáo Singapore (SBA) được thành lập vào năm 1939. Nhà sư nổi tiếng người Tích Lan, Hòa thượng Mahaveera Maha Thero (1913-–2002) đã thành lập chùa Sri Lankaramaya tại St. Michaels (năm 1952) dành cho người nhập cư Sri Lanka ở Singapore.

Ngoài ra, còn có các hội Phật giáo ở Scandinavia và Thụy Sĩ. Hiệp hội Phật giáo ở Thụy Điển được thành lập vào năm 1957 tại Gutenberg sau chuyến viếng thăm của Hòa thượng Narada Maha Thero từ Sri Lanka vào năm 1954.

Năm 1963, Hòa thượng Baddegama Wimalawansa Anunayake Mahā Thero bắt đầu công việc truyền giáo Phật giáo dưới ngọn cờ của Hiệp hội Dharmadūta quốc tế Mahā Mahinda và thành lập các trung tâm ở Mysore, Maharastra, Uttar Pradesh, Assam ở Ấn Độ và Nepal. Hòa thượng Nāyaka Maha Thero cũng phong chức cho trẻ em từ Ấn Độ, Nepal và các quốc gia khác làm sāmanera để truyền bá Phật Pháp. Hòa thượng Wimalawansaā Thero đáng kính, là một nhân vật nổi tiếng của quốc gia, người đã cống hiến cả cuộc đời cho lĩnh vực hoạt động tôn giáo, xã hội, giáo dục và chính trị. Ngài đã thành lập Sri Lanka Vidyālaya, viện giáo dục Phật giáo phương Đông tại Chùa Ode ở Maradana, Colombo, một trong những đóng góp vĩ đại của Phật giáo trong thế kỷ XX ở Sri Lanka (Hiệp hội Dharmaduta Quốc tế Maha Mahinda 2023).

Hòa thượng Nārada Maha Thero là một học giả, dịch giả, nhà giáo dục và nhà truyền giáo Phật giáo ở thế kỷ XX. Năm 1934, Ngài đến thăm Indonesia, là vị Tu sĩ Nguyên thủy đầu tiên đến thăm Indonesia trong hơn 450 năm. Nhân dịp này, Narada Maha Thero đã trồng một cây bồ đề ở phía Đông nam Borobudur vào ngày 10 tháng 3 năm 1934. Năm 1960, ngày 02 tháng 11 năm 1960, Nārada Mahā Thero đã mang một cây bồ đề đến ngôi chùa Thích Ca Phật Đài ở miền Nam Việt Nam và thực hiện nhiều nghi lễ trồng cây thiêng ở đây trong chuyến thăm Việt Nam của những năm 1960. Hòa thượng đã có những đóng góp to lớn trong việc chia sẻ giáo pháp Nguyên thủy ở Việt Nam hiện đại (Abeynayake và Tilakaratne 2011).

Sứ mệnh đầu tiên đến Ghana, Tây Phi, được thực hiện bởi Hòa thượng Piyadassi Maha Thero ở chùa Vajirarama, Sri Lanka vào năm 1967. Hòa thượng lấy hai cây bồ đề non từ cố đô Anuradhapura và trồng chúng ở Ghana vào ngày rằm tháng Poson, tháng 6 năm 1967, tại Quảng trường Sao Đen.

Trường Pali và Phật học – hậu đại học được chính phủ Sri Lanka thành lập vào năm 1975 như một Trung tâm Nghiên cứu Phật Học cấp cao.

Đại học Phật giáo và Pāli, cũng được chính phủ Sri Lanka thành lập năm 1982, có chương trình hai năm bằng tiếng Anh của môn Truyền giáo ở nước ngoài, bên cạnh việc nghiên cứu Phật giáo và ngôn ngữ.

Vesak là ngày Đại Lễ Phật Đản Liên Hiệp Quốc (kỷ niệm

ngày sinh và đánh dấu sự giác ngộ của Đức Phật) đã được Đại hội đồng Liên hợp quốc chấp nhận vào năm 1999 là một bước phát triển đáng chú ý trong lịch sử Phật giáo thế giới do Bộ trưởng Ngoại giao Sri Lanka, Ngài Lakshman Kadirgamar, Hòa thượng K. Piyathissa khởi xướng. Hòa thượng Nāyaka Mahā Thero, Chủ tịch Tu viện Phật giáo New York Sri Lanka, và Ngài Chandrika Kumaratunghe, Tổng thống Sri Lanka, Ngài Atal Bihari Vajpayee, Thủ tướng Ấn Độ, đã mở rộng sự bảo trợ cho sự kiện cao quý này. Một điều khoản trong hiến pháp hiện tại của Cộng hòa Xã hội Chủ nghĩa Dân chủ Sri Lanka năm 1978 đã dành cho Phật giáo vị trí hàng đầu và tuyên bố rằng nhiệm vụ của nhà nước là bảo vệ và xiển dương Phật pháp và các tôn giáo.

Mặc dù Phật giáo đã lan rộng đến những vùng đất mới, đặc biệt là Châu Mỹ, Châu Âu và Châu Úc, nhưng Châu Á vẫn là cái nôi của Phật giáo trong hơn hai thiên niên kỷ. Đã có một sự suy thoái dần dần trên toàn bộ Trung Á, Ba Tư, Hindu Kush Kashmir Punjab, và một số khu vực đã bị mất vào tay Hồi giáo. Các quốc gia Phật giáo châu Á như Hàn Quốc và Trung Quốc cũng đang phải đối mặt với mối đe dọa mới từ Cơ đốc giáo Tin lành và một số truyền thống hiện đại. Phật tử Sri Lanka dưới sự lãnh đạo của Đại Tăng đoàn đã bảo tồn giáo lý trong sự thanh tịnh nguyên sơ cho toàn thế giới – giáo lý của Phật đà.

Kết Luận

Lịch sử Phật giáo ở Sri Lanka, trải dài từ thế kỷ 18 đến ngày nay, chứng tỏ tính chất lâu dài và khả năng thích ứng của truyền thống tôn giáo cổ xưa này. Phật giáo Sri Lanka, đối mặt với những thách thức bao gồm quyền bá chủ của thuộc địa Anh và các nỗ lực truyền giáo, đã phát động một phong trào phục hưng, dẫn đầu bởi Chư tôn đức Trưởng lão Hòa thượng trí thức tận tâm bảo tồn di sản văn hóa và truyền bá Phật pháp đến các khu vực chưa được khám phá.

Từ việc thành lập các Tăng đoàn, xây tu viện cho đến việc truyền bá Phật giáo Nguyên thủy ra toàn cầu, con đường này đã được đánh dấu bằng những thành tựu và đóng góp to lớn. Trong thế kỷ XXI, Sri Lanka sẽ tiếp tục đóng một vai trò quan trọng trong việc bảo tồn và phổ biến giáo lý Phật giáo, thúc đẩy sự đoàn kết Phật giáo toàn cầu và bảo vệ chân lý cao quý của Đức Phật.

Sukho buddhānam uppādo sukhā saddhammadesanā
sukhā saṅghassa sāmaggī samaggānaṃ tapo sukho

Hạnh phúc thay Đức Phật đản sinh
Hạnh phúc thay Giáo Pháp cao minh
Hạnh phúc thay Tăng già hòa hợp
Hạnh phúc thay tứ chúng đồng tu.

Bhavatu sabba-maṅgalaṃ
Nguyện chúng sinh bình an, hạnh phúc

Nguồn Tham Khảo

- Abeynayake, O. and Tilakaratne, A. (2011). *2600 Years of Sambuddhatva: Global Journey of Awakening*. Sri Lanka: Ministry of Buddhasasana and Religious Affairs, Government of Sri Lanka.
- All Ceylon Buddhist Congress. (2011) "Sri Lanka's Rich Buddhist Heritage." Colombo, Sri Lanka: Sumathi Printing (Pvt.) Ltd.

- Buddhanet. "Buddhism in Sri Lanka." Accessed September 18, 2023, https://www.buddhanet.net/edu-template/images/estudy/header_12.gif
- Dharmapala, A. (1991). *Return to Righteousness: A Collection of Speeches, Essays, and Letters of the Anagarika Dharmapala*, edited by Ananda Guruge. Sri Lanka: Anagarika Dharmapala Birth Centenary Committee, Ministry of Education and Cultural Affairs.
- Dhammananda, K Siri. (1999). *Sri Lanka's Contribution to Buddhism*, Sasana Abhiwurdhi Wardhana Society, Buddha Maha Vihara. Malaysia: Kuala Lumpur.
- Maha Mahinda International Dharmaduta Society, 60th Anniversary Edition, (2023).
- Ranatunga, D. C., and Perera, S. (2010). *A Fresh Dawn: Sri Lanka's Rich Buddhist Heritage*. Colombo: All Ceylon Buddhist Congress, Colombo.

HÌNH ẢNH HỘI THẢO

Hội Quốc tế Dharmadutha Maha Mahinda, Colombo, Sri Lanka, ngày 16 tháng 07 năm 2023

1. Hội Quốc tế Dharmadutha Maha Mahinda

2. Trường Phật học Vidyalaya Maha Pirivena
nơi diễn ra buổi hội thảo

3.Bảo tháp Phật ở Chùa Vidyalaya Maha Pirivena

4. Hội trường Vidyalaya Maha Pirivena

5. Hòa thượng Gs Nandawansa, Hòa thượng Ts. Sumedha Ni sư Ts T.N. Giới Hương thắp đèn khai mạc

6. Hòa thượng Gs Medagama Nandawansa với diễn văn chào mừng

7. Hòa thượng Ts Kahawatte Siri Sumedha thuyết trình

8. MC – Thượng tọa Giáo sư Raluwe Padmasiri

9.Các thuyết trình viên

10. Ban chủ tọa

11. Nghiên cứu sinh và học giả

12. Ni sư Ts T.N. Giới Hương thuyết trình

13. Hội trường hội thảo

14. Hòa thượng Gs Beligalle Dharmajoti thuyết trình

15. Quan khách tham dự hội thảo

17. Lắng nghe

18. Hòa thượng Aparakke Suthawansa,
Hòa thượng K. Siri Sumedha
Và Ni sư TS T.N. Giới Hương trong giờ giải lao

19. Các Sinh viên Việt Nam cùng Ni sư T.N. Giới Hương tại Hội trường

20. Tám cuốn sách do Bhikṣuṇī T.N. Giới Hương biên soạn và tặng cho các học giả hội thảo

21. Hòa thượng Gs Medagama Nandawansa trao Chứng chỉ Hội thảo cho Bhikṣuṇī T.N. Giới Hương

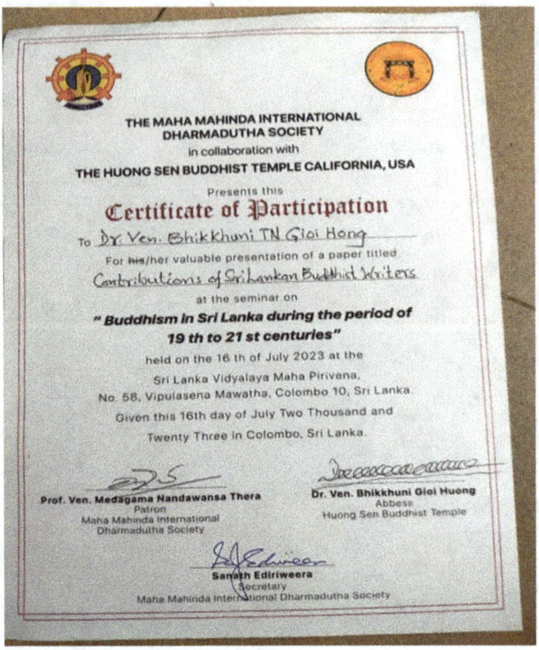

THE MAHA MAHINDA INTERNATIONAL
DHARMADUTHA SOCIETY
in collaboration with
THE HUONG SEN BUDDHIST TEMPLE CALIFORNIA, USA

Presents this

Certificate of Participation

To Dr. Ven. Bhikkhuni TN Gioi Hong

For ~~his~~/her valuable presentation of a paper titled

Contributions of Sri Lankan Buddhist Writers

at the seminar on

" Buddhism in Sri Lanka during the period of 19 th to 21 st centuries"

held on the 16 th of July 2023 at the
Sri Lanka Vidyalaya Maha Pirivena,
No. 58, Vipulasena Mawatha, Colombo 10, Sri Lanka.
Given this 16th day of July Two Thousand and
Twenty Three in Colombo, Sri Lanka.

Prof. Ven. Medagama Nandawansa Thera
Patron
Maha Mahinda International
Dharmadutha Society

Dr. Ven. Bhikkhuni Gioi Huong
Abbess
Huong Sen Buddhist Temple

Sanath Ediriweera
Secretary
Maha Mahinda International Dharmadutha Society

22. Chứng chỉ Colombo Seminar:
Tiến sĩ Bhikṣuṇī T.N. Giới Hương

23. Họp chuẩn bị cho hội thảo

24. Ban tổ chức Hội thảo

25. Tỳ-kheo-ni T.N. Giới Hương quỳ trao Giấy chứng nhận lên Diễn giả Hòa thượng Taldena Ariyawimala

26. Tỳ-kheo-ni T.N. Giới Hương quỳ tặng quà lên MC, Thượng tọa Giáo sư Raluwe Padmasiri

27. Tỳ kheo T.N. Giới Hương quỳ trao Giấy chứng nhận lên cho Diễn giả - Hòa thượng Gs Beligalle Dharmajoti

28. Ts. Bhikṣuṇī T.N. Giới Hương trao Chứng nhận cho Diễn giả, Ni trưởng Madulle Vijithananda

29. Tiến sĩ Bhikṣuṇī T.N. Giới Hương trao Giấy chứng nhận cho Diễn giả Sư cô O.U. dhammadheera

30. Tỳ-kheo-ni T.N. Giới Hương trao Giấy chứng nhận cho Diễn giả, Tiến sĩ A.A.R. Priyanka

31. Tiến sĩ Bhikṣuṇī T.N. Giới Hương trao Giấy chứng nhận cho Diễn giả, Bác sĩ Sachini Hansika Chandrapala

32. Tỳ-kheo-ni T.N. Giới Hương trao Giấy chứng nhận cho Diễn giả Giảng viên K.V.J. Koshalee

33. Tỳ kheo T.N. Giới Hương tặng quà cho các Nghiên cứu sinh Việt Nam

34. Chư Ni Hương Sen cùng Hòa thượng Nandawansa
Hòa thượng Kahawatte Siri Sumedha

35. Ni sư T.N. Giới Hương cùng Ni sinh Việt Nam

36. Bên nhau lưu niệm

37. Cùng các tăng sinh và chú điệu Sri Lanka

38. Hình ảnh kỷ niệm Hội thảo Colombo với Phái đoàn Chùa Hương Sen

TỦ SÁCH BẢO ANH LẠC

do Ni Sư Tiến Sĩ T.N. Giới Hương biên soạn

1.1. SÁCH TIẾNG VIỆT

1. *Bồ-tát và Tánh Không Trong Kinh Tạng Pali và Đại Thừa*
2. *Ban Mai Xứ Ấn* (The Dawn in India) - *Tuyển tập các Tiểu Luận Phật Giáo* (3 tập).
3. *Sārnātha* - Vườn Nai – Chiếc Nôi Phật Giáo
4. *Quy Y Tam Bảo và Năm Giới*
5. *Vòng Luân Hồi*
6. *Hoa Tuyết Milwaukee*
7. *Luân Hồi trong Lăng Kính Lăng Nghiêm*
8. *Nghi Thức Hộ Niệm, Cầu Siêu*
9. *Quan Âm Quảng Trần*
10. *Nữ Tu và Tù Nhân Hoa Kỳ*
11. *Nếp Sống Tỉnh Thức của Đức Đạt Lai Lạt Ma Thứ XIV*
12. *A-Hàm: Mưa pháp chuyển hóa phiền não,* 2 tập.
13. *Góp Từng Hạt Nắng Perris*
14. *Pháp Ngữ của Kinh Kim Cang*
15. *Tập Thơ Nhạc Nắng Lăng Nghiêm*
16. *Nét Bút Bên Song Cửa*
17. *Máy Nghe MP3 Hương Sen* (Hương Sen Digital Mp3

Radio Speaker): Các Bài Giảng, Sách, Bài viết và Thơ Nhạc của Thích Nữ Giới Hương (383/201 bài).

18. *DVD Giới Thiệu về Chùa Hương Sen*, USA
19. *Ni Giới Việt Nam Hoằng Pháp tại Hoa Kỳ*
20. *Tuyển Tập 40 Năm Tu Học & Hoằng Pháp của Ni sư Giới Hương*, Thích Nữ Viên Quang, TN Viên Nhuận, TN Viên Tiến, and TN Viên Khuông.
21. *Tập Thơ Nhạc Lối Về Sen Nở*
22. *Nghi Thức Công Phu Khuya – Thần Chú Thủ Lăng Nghiêm*
23. *Nghi Thức Cầu An – Kinh Phổ Môn.*
24. *Nghi Thức Cầu An – Kinh Dược Sư.*
25. *Nghi Thức Sám Hối Hồng Danh*
26. *Nghi Thức Công Phu Chiều – Mông Sơn Thí Thực*
27. *Khóa Tịnh Độ – Kinh A Di Đà*
28. *Nghi Thức Cúng Linh và Cầu Siêu*
29. *Nghi Lễ Hàng Ngày - 50 Kinh Tụng và các Lễ Vía trong Năm*
30. *Hương Đạo Trong Đời 2022* (Tuyển tập 60 Bài Thi trong Cuộc Thi Viết Văn Ứng Dụng Phật Pháp 2022
31. *Hương Pháp 2022* (Tuyển Tập Các Bài Thi Trúng Giải Cuộc Thi Viết Văn Ứng Dụng Phật Pháp 2022)
32. *Giới Hương - Thơm Ngược Gió Ngàn*, Nguyên Hà.
33. *Pháp Ngữ Kinh Hoa Nghiêm,* 2 tập
34. *Tinh Hoa Kinh Hoa Nghiêm*
35. *Phật Giáo – Tầm Nhìn Lịch Sử Và Thực Hành,* Hiệu đính: Thích Hạnh Chánh và Thích Nữ Giới Hương.
36. *Nhật ký Hành Thiền Vipassana và Kinh Tứ Niệm Xứ*

37. Nghi cúng Giao Thừa
38. *Nghi cúng Rằm Tháng Giêng*
39. *Nghi thức Lễ Phật Đản*
40. *Nghi thức Vu Lan*
41. *Lễ Vía Quan Âm*
42. *Nghi cúng Thánh Tổ Kiều Đàm Di*
43. *Nghi thức cúng Tổ và Giác linh Sư trưởng*
44. *Nghi Lễ Chẩn Tế Mười Hai Loại Cô Hồn*
45. *Kỷ Yếu Lễ Tưởng Niệm Thánh Tổ Kiều Đàm Di tại Chùa Hương Sen năm 2024*
46. *Nghi Thức Cầu Siêu Chư Hương Linh Thai Nhi*
47. *Kim Quang Minh Kinh Sám Trai Thiên Khóa Nghi*
48. *Phật Giáo và Thánh Tích Sri Lanka*
49. Đấu Tranh Bất Bạo Động Là Nền Tảng Xây Dựng Hòa Bình Toàn Cầu
50. *Vũ Trụ Luận dưới lăng kính Khoa học và Phật Giáo,*
51. *COVID-19: Vai trò Phật Giáo trong Việc Chữa Lành*
52. *Đại Dịch Coronavirus trong Thế Kỷ XXI*
53. *Đóng góp của Phật Giáo cho Hòa Bình Thế Giới và Hòa Hợp Xã Hội*
54. *Phật Giáo Toàn Cầu - Đặc Biệt Liên Kết Với Sri Lanka*
55. *Phật Giáo Sri Lanka từ Thế Kỷ 19-21*
56. *Ngày Nhà Giáo Việt Nam 20/11 – Tri Ân Người Khai Trí*
57. *Lịch Sử Giáo Dục Phật Giáo và Các Học Viện Hiện Tại của Bhikkhu, bhikkhuni và Sīla Mātā tại Sri Lanka, Thích Nữ Gioi Huong, NXB Tôn Giáo, 2025.*

1.2. SÁCH TIẾNG ANH

1. *Boddhisattva and Sunyata in the Early and Developed Buddhist Traditions.*
2. *Rebirth Views in the Śūraṅgama Sūtra.*
3. *Commentary of Avalokiteśvara Bodhisattva.*
4. *The Key Words in Vajracchedikā Sūtra.*
5. *Sārnātha-The Cradle of Buddhism in the Archeological View.*
6. *Take Refuge in the Three Gems and Keep the Five Precepts.*
7. *Cycle of Life.*
8. *Forty Years in the Dharma: A Life of Study and Service—Venerable Bhikkhuni Giới Hương.*
9. *Sharing the Dharma -Vietnamese Buddhist Nuns in the United States.*
10. *A Buddhist Nun and American Inmates.*
11. *Daily Monastic Chanting.*
12. *Weekly Buddhist Discourse Chanting.*
13. *Practice Meditation and Pure Land.*
14. *The Ceremony for Peace.*
15. *The Lunch Offering Ritual.*
16. *The Ritual Offering Food to Hungry Ghosts.*
17. *The Pureland Course of Amitabha Sutra.*
18. *The Medicine Buddha Sutra.*
19. *The New Year Ceremony.*
20. *The Great Parinirvana Ceremony.*
21. *The Buddha's Birthday Ceremony.*
22. *The Ullambana Festival (Parents' Day).*

23. *The Marriage Ceremony.*
24. *The Blessing Ceremony for The Deceased.*
25. *The Ceremony Praising Ancestral Masters.*
26. *The Enlightened Buddha Ceremony.*
27. *The Uposatha Ceremony (Reciting Precepts)*
28. *Buddhism: A Historical And Practical Vision.* Edited by Ven. Dr. Thich Hanh Chanh and Ven. Dr. Bhikṣuṇī TN Gioi Huong.
29. *Contribution of Buddhism For World Peace & Social Harmony*. Edited by Ven. Dr. Buddha Priya Mahathero and Ven. Dr. Bhikṣuṇī TN Gioi Huong.
30. *Global Spread of Buddhism with Special Reference to Sri Lanka*. Buddhist Studies Seminar in Kandy University. Edited by Dr. Ven. Kahawatte Sumedha Thero and Dr. Bhikṣuṇī TN Gioi Huong.
31. *Buddhism In Sri Lanka During The Period of 19th to 21st Centuries*. Buddhist Studies Seminar in Colombo. Edited by Prof. Ven. Medagama Nandawansa and Dr. Bhikṣuṇī TN Gioi Huong.
32. *Diary: Practicing Vipassana and the Four Foundations of Mindfulness Sutta.*
33. *Prayer for the Souls of Unborn Babies.*
34. *Nonviolent Struggle - The Foundation for Building Global Peace*
35. *History of Buddhist Education and Current Institutes of Bhikkhu, Bhikkhuni and Sīla Mātā in Sri Lanka, Dr. Bhikṣuṇī TN Gioi Huong, Ton Giao Publishing, 2025.*

1.3. SÁCH SONG NGỮ (VIETNAMESE-ENGLISH)

1. *Bản Tin Hương Sen: Xuân, Phật Đản, Vu Lan (*Hương Sen Newsletter: Spring, Buddha Birthday and Vu Lan, annual/ Mỗi Năm).
2. *Danh Ngôn Nuôi Dưỡng Nhân Cách* - Good Sentences Nurture a Good Manner.
3. *Văn Hóa Đặc Sắc của Nước Nhật Bản*-Exploring the Unique Culture of Japan.
4. *Sống An Lạc dù Đời không Đẹp như Mơ* - Live Peacefully though Life is not Beautiful as a Dream.
5. *Hãy Nói Lời Yêu Thương*-Words of Love and Understanding.
6. *Văn Hóa Cổ Kim qua Hành Hương Chiêm Bái* -The Ancient- Present Culture in Pilgrim.
7. *Nghệ Thuật Biết Sống* - Art of Living.
8. *Dharamshala - Hành Hương Vùng Đất Thiêng, Ấn Độ,* Dharamshala - Pilgrimage to the Sacred Land, India.
9. *The Great Contribution to World Peace and Social Harmony of Emperor Ashoka and Emperor Trần Nhân Tông* - Sự Đóng Góp cho Hòa Bình Thế Giới và An Toàn Xã Hội của Hoàng Đế A-Dục và Vua Trần Nhân Tông.

1.4. SÁCH CHUYỂN NGỮ

1. *Xá Lợi Của Đức Phật* (Relics of the Buddha), Tham Weng Yew.
2. *Sen Nở Nơi Chốn Tử Tù* (Lotus in Prison), many authors.
3. *Chùa Việt Nam Hải Ngoại* (Overseas Vietnamese Buddhist Temples).
4. *Việt Nam Danh Lam Cổ Tự* (The Famous Ancient Buddhist

Temples in Vietnam).

5. *Hương Sen, Thơ và Nhạc* – (Lotus Fragrance, Poem and Music).
6. *Phật Giáo-Một Bậc Đạo Sư, Nhiều Truyền Thống* (Buddhism: One Teacher – Many Traditions), Đức Đạt Lai Lạt Ma 14th & Ni Sư Thubten Chodren.
7. *Cách Chuẩn Bị Chết và Giúp Người Sắp Chết-Quan Điểm Phật Giáo* (Preparing for Death and Helping the Dying – A Buddhist Perspective)

2. ALBUMS NHẠC

Từ Thơ Thích Nữ Giới Hương

1. *Đào Xuân Lộng Ý Kinh* (The Buddha's Teachings Reflected in Cherry Flowers).
2. *Niềm Tin Tam Bảo* (Trust in the Three Gems).
3. *Trăng Tròn Nghìn Năm Đón Chờ Ai* (Who Is the Full Moon Waiting for for Over a Thousand Years?).
4. *Ánh Trăng Phật Pháp (*Moonlight of Dharma-Buddha).
5. *Bình Minh Tỉnh Thức* (Awakened Mind at the Dawn) (*Piano Variations for Meditation*).
6. *Tiếng Hát Già Lam* (Song from Temple).
7. *Cảnh Đẹp Chùa Xưa* (The Magnificent, Ancient Buddhist Temple).
8. Karaoke *Hoa Ưu Đàm Đã Nở* (An Udumbara Flower Is Blooming).
9. *Hương Sen Ca* (Hương Sen's Songs)
10. *Về Chùa Vui Tu* (Happily Go to Temple for Spiritual Practices)

11. *Gọi Nắng Xuân Về* (Call the Spring Sunlight)
12. Đệ Tử Phật (Buddhist Disciples)
13. *Hoa Pháp Cú* (Dhammapada Flower)
14. *Vu Lan Báo Hiếu* (The Filial Piety on Vu Lan Season)

Mời xem: http://www.huongsentemple.com/index.php/kinh-sach/tu-sach-bao-anh-lac

PHẬT GIÁO SRI LANKA TỪ THẾ KỶ 19-21

Biên soạn

Hòa thượng Giáo sư Medagama Nandawansa

Ni sư Tiến sĩ T.N. Giới Hương

Tác giả: Bảo Anh Lạc Bookshelf 106

NHÀ XUẤT BẢN TÔN GIÁO

53 Tràng Thi – Hoàn Kiếm - Hà Nội

ĐT: (024)37822845

Email: nhaxuatbantongiao@gmail.com

Chịu trách nhiệm xuất bản

Giám đốc

ThS. Nguyễn Hữu Có

Chịu trách nhiệm nội dung

Tổng Biên tập

Lê Hồng Sơn

Biên tập: **Nguyễn Thị Thanh Thủy**

Trình bày và sửa bản in: **Vũ Đình Trọng**

Số lượng in: 1.000 bản, Khổ: 14 cm x 21.6 cm

In tại: Công ty T.N.HH Sản xuất Thương mại Dịch vụ In ấn Trâm Anh, 159/57 Bạch Đằng, phường 2, quận Tân Bình, Thành phố Hồ Chí Minh.

Số ĐKXB: 595-2025/CXBIPH/13-21/TG

Mã ISBN: 978-604-941-276-9

QĐXB: 112/QĐ-NXBTG ngày 21 tháng 2 năm 2025

In xong và nộp lưu chiểu năm 2025

www.ingramcontent.com/pod-product-compliance
Lightning Source LLC
LaVergne TN
LVHW050852051026
849532LV00006BA/2222
* 9 7 8 6 0 4 9 4 1 2 7 6 9 *